D1763353

நகரம்

சிறுகதைகள்

கிழக்கு பதிப்பக வெளியீடுகளாக சுஜாதாவின் புத்தகங்கள்

மீண்டும் ஜீனோ
நிறமற்ற வானவில்
நில்லுங்கள் ராஜாவே
தீண்டும் இன்பம்
ஆஸ்டின் இல்லம்
அனிதாவின் காதல்கள்
நைலான் கயிறு
24 ரூபாய் தீவு
அனிதா இளம் மனைவி
கொலை அரங்கம்
கமிஷனருக்கு கடிதம்
அப்ஸரா
பாரதி இருந்த வீடு
மெரீனா
ஆர்யபட்டா
என் இனிய இயந்திரா
காயத்ரி
ப்ரியா
தங்க முடிச்சு
எதையும் ஒருமுறை
ஊஞ்சல்
ஓரிரவில் ஒரு ரயிலில்
மீண்டும் ஒரு குற்றம்
விக்ரம்
நில், கவனி, தாக்கு!
வாய்மையே சில சமயம் வெல்லும்
ஆ..!
வசந்த காலக் குற்றங்கள்
சிவந்த கைகள்
ஒரே ஒரு துரோகம்
இன்னும் ஒரு பெண்
6961
ஜோதி
மாயா
ரோஜா
ஓடாதே
மேற்கே ஒரு குற்றம்
விபரீதக் கோட்பாடு
ஐந்தாவது அத்தியாயம்
மலை மாளிகை
விடிவதற்குள் வா
மூன்று நாள் சொர்க்கம்
பத்து செகண்ட் முத்தம்
கம்ப்யூட்டர் கிராமம்
இளமையில் கொல்

மேகத்தை துரத்தியவன்
ஒரு நடுப்பகல் மரணம்
நகரம்
இதன் பெயரும் கொலை
மண்மகன்
தப்பித்தால் தப்பில்லை
விழுந்த நட்சத்திரம்
முதல் நாடகம்
ஆட்டக்காரன்
ஜன்னல் மலர்
என்றாவது ஒரு நாள்
வைரங்கள்
மேலும் ஒரு குற்றம்
சொர்க்கத் தீவு
கனவுத் தொழிற்சாலை
ஆயிரத்தில் இருவர்
பதினாலு நாட்கள்
உள்ளம் துறந்தவன்
பிரிவோம் சந்திப்போம்
கரையெல்லாம் செண்பகப்பூ
இரண்டாவது காதல் கதை
நிர்வாண நகரம்
குருபிரசாதின் கடைசி தினம்
இருள் வரும் நேரம்
திசை கண்டேன் வான் கண்டேன்
ஆழ்வார்கள் - ஓர் எளிய அறிமுகம்
தேடாதே
விருப்பமில்லாத் திருப்பங்கள்
விரும்பிச் சொன்ன பொய்கள்
கை
ஆதலினால் காதல் செய்வீர்
நூற்றாண்டின் இறுதியில் சில சிந்தனைகள்
அப்பா, அன்புள்ள அப்பா
மிஸ். தமிழ்த்தாயே, நமஸ்காரம்!
சிறு சிறுகதைகள்
வாரம் ஒரு பாசுரம்
வானத்தில் ஒரு மௌனத்தாரகை
கடவுள் வந்திருந்தார்
அனுமதி
ஓலைப் பட்டாசு
சேகர், சிங்கமய்யங்கார் பேரன்
கம்ப்யூட்டரே ஒரு கதை சொல்லு
டாக்டர் நரேந்திரனின் விநோத வழக்கு
நிஜத்தைத் தேடி
பாதி ராஜ்யம்
சில வித்தியாசங்கள்

நகரம்

சிறுகதைகள்

சுஜாதா

கிழக்கு

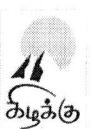

நகரம்: சிறுகதைகள்
Nagaram: Sirukathaigal
by Sujatha
Sujatha Rangarajan ©

Kizhakku First Edition: November 2011
136 Pages
Printed in India.

ISBN: 978-81-8493-533-2
Title No. Kizhakku 536

Kizhakku Pathippagam
177/103, First Floor,
Ambal's Building, Lloyds Road,
Royapettah, Chennai 600 014.
Ph: +91-44-4200-9603
Email : support@nhm.in
Website : www.nhm.in

Cover Image : Shutterstock

Kizhakku Pathippagam is an imprint of New Horizon Media Private Limited

This book is sold subject to the condition that it shall not, by way of trade or otherwise, be lent, resold, hired out, or otherwise circulated without the publisher's prior written consent in any form of binding or cover other than that in which it is published and without a similar condition including this the rights under copyright reserved above, no part of this publication may be reproduced, stored in or introduced into a retrieval system, or transmitted in any form or by any means (electronic, mechanical, photocopying, recording or otherwise), without the prior written permission of both the copyright owner and the above-mentioned publisher of this book.

உள்ளே

1. நகரம் ... 7
2. பார்வை ... 17
3. சென்ற வாரம் ... 28
4. கள்ளுண்ணாமை ... 37
5. தலைப்பு என்ன? ... 48
6. மகன் தந்தைக்கு ... 57
7. உறுமீன் ... 65
8. இளநீர் ... 75
9. காணிக்கை ... 84
10. முரண் ... 95
11. காரணம் ... 104
12. அகப்பட்டுக் கொள்ளாதவரை திருடனல்ல ... 111
13. ஒரே ஒரு வரம் ... 120
14. வாட்டர் கார் விவகாரம் ... 127

நகரம்

> பாண்டியர்களின் இரண்டாம் தலைநகரம் மதுரை. பண்டைய தேசப் படங்களில் 'மட்ரா' என்று காணப்படுவதும், ஆங்கிலத்தில் 'மதுரா' என்று சொல்லப்படுவதும் கிரேக்கர்களால் 'மெதோரா' என்று குறிக்கப்படுவதும் இத்தமிழ் மதுரையேயாம்.
>
> - கால்டுவெல் ஒப்பிலக்கணம்

சுவர்களில் ஓரடி உயர எழுத்துக்களில் விளம்பரங்கள் விதவிதமாக ஒன்றி வாழ்ந்தன. நிஜாம் லேடி புகையிலை - ஆர்.கே. கட்பாடிகள் - எச்சரிக்கை! புரட்சித் தீ! - சுவிசேஷக் கூட்டங்கள் - ஹாஜி மூசா ஜவுளிக் கடை (ஜவுளிக் கடல்) - 30.9.73 அன்று கடவுளை நம்பாதவர்கள் சுமக்கப் போகும் தீச்சட்டிகள்.

மதுரையின் ஒரு சாதாரண தினம். எப்போதும் போல பைப் அருகே குடங்கள் மனிதர்களுக்காக வரிசைத் தவம் இருந்தன. சின்னப் பையன்கள் டெட்டானஸ் கவலை இன்றி மண்ணில் விளையாடிக்கொண்டிருந்தார்கள். பாண்டியன் போக்குவரத்துக் கழக பஸ்கள் தேசியம் கலந்த டீசல் புகை பரப்பிக் கொண்டிருந்தன. விரைப்பான கால்சராய், சட்டை அணிந்த, ப்ரோடீன் போதாத போலீஸ்காரர்கள் 'இங்கிட்டும் அங்கிட்டும்' செல்லும் வாகன - மானிட போக்குவரத்தைக் கட்டுப்படுத்திக் கொண்டிருந்தார்கள். நகரின் மனித இயக்கம் ஒருவித ப்ரௌனியன் இயக்கம் போல் இருந்தது (பௌதிகம் தெரிந்தவர்களைக் கேட்கவும்). கதர் சட்டை அணிந்த, மெல்லிய, அதிக நீளமில்லாத ஊர்வலம் ஒன்று, சாலையின் இடதுபுறத்தில், அரசாங்கத்தை விலைவாசி உயர்வுக்காகத் திட்டிக்கொண்டே ஊர்ந்தது. செருப்பில்லாத

டப்பாக்கட்டு ஜனங்கள். மீனாட்சி கோயிலின் ஸ்தம்பித்த கோபுரங்கள், வற்றிய வைகை, பாலம்... மதுரை!

நம் கதை இந்த நகரத்துக்கு இன்று வந்திருக்கும் ஒரு பெண்ணைப் பற்றியது. வள்ளியம்மாள் தன் மகள் பாப்பாத்தியுடன் மதுரை பெரியாஸ்பத்திரியில் ஓ.பி. டிபார்ட்மெண்டின் காரிடாரில் காத்திருந்தாள். முதல் தினம் பாப்பாத்திக்கு சுரம். கிராம ப்ரைமரி ஹெல்த் சென்ட்டரில் காட்டியதில் அந்த டாக்டர் பயங்காட்டி விட்டார். 'உடனே பெரிய ஆஸ்பத்திரிக்கு எடுத்துட்டுப் போ' என்றார். அதிகாலை பஸ் ஏறி...

பாப்பாத்தி ஸ்ட்ரெச்சரில் கிடந்தாள். அவளைச் சூழ்ந்து ஆறு டாக்டர்கள் இருந்தார்கள். பாப்பாத்திக்குப் பன்னிரண்டு வயது இருக்கும். இரண்டு மூக்கும் குத்தப்பட்டு ஏழைக் கண்ணாடிக் கற்கள் ஆஸ்பத்திரி வெளிச்சத்தில் பளிச்சிட்டன. நெற்றியில் விபூதிக் கீற்று. மார்புவரை போர்த்தப்பட்டுத் தெரிந்த கைகள் குச்சியாய் இருந்தன. பாப்பாத்தி ஜுரத் தூக்கத்தில் இருந்தாள். வாய் திறந்திருந்தது.

பெரிய டாக்டர் அவள் தலையைத் திருப்பிப் பார்த்தார். கண் இரப்பையைத் தூக்கிப் பார்த்தார். கன்னங்களை விரலால் அழுத்திப் பார்த்தார். விரல்களால் மண்டையோட்டை உணர்ந்து பார்த்தார். பெரிய டாக்டர் மேல் நாட்டில் படித்தவர். போஸ்ட் கிராஜுவேட் வகுப்புகள் எடுப்பவர். ப்ரொஃபஸர். அவரைச் சுற்றிலும் இருந்தவர்கள் அவரின் டாக்டர் மாணவர்கள்.

'Acute case of Meningitis. Notice the...'

வள்ளியம்மாள் அந்தப் புரியாத சம்பாஷணையின் ஊடே தன் கைகளையே ஏக்கத்துடன் நோக்கிக்கொண்டிருந்தாள். சுற்றிலும் இருந்தவர்கள் ஒவ்வொருவராக வந்து ஆஃப்தல்மாஸ்கோப் மூலம் அந்தப் பெண்ணின் கண்ணுக்குள்ளே பார்த்தார்கள். டார்ச் அடித்து விழிகள் நகருகின்றனவா என்று சோதித்தார்கள். குறிப்புகள் எடுத்துக்கொண்டார்கள்.

'இவளை அட்மிட் பண்ணிடச் சொல்லுங்கள்' என்றார் பெரிய டாக்டர்.

வள்ளியம்மாள் அவர்கள் முகங்களை மாற்றி மாற்றிப் பார்த்தாள். அவர்களில் ஒருவர், 'இதப் பாரும்மா, இந்தப் பெண்ணை

உடனே ஆஸ்பத்திரியில் சேர்க்கணும். அதே அங்கே உக்கார்ந் திருக்காரே, அவர்கிட்ட போ. சீட்டு எங்கே?' என்றார்.

வள்ளியம்மாளிடம் சீட்டு இல்லை.

'சரி, அவரு கொடுப்பாரு. நீ வாய்யா இப்படி, பெரியவரே!'

வள்ளியம்மாள் பெரிய டாக்டரைப் பார்த்து, 'அய்யா, குளந்தைக்குச் சரியாய்டுங்களா?' என்றாள்.

'முதல்லே அட்மிட் பண்ணு. நாங்க பார்த்துக்கறோம். டாக்டர் தனசேகரன், நானே இந்த கேஸைப் பார்க்கிறேன். ஸீ தட் ஷி இஸ் அட்மிட்டட். எனக்கு கிளாஸ் எடுக்கணும். போயிட்டு வந்ததும் பார்க்கறேன்.'

மற்றவர்கள் புடைசூழ அவர் ஒரு மந்திரிபோல் கிளம்பிச் சென்றார். டாக்டர் தனசேகரன் அங்கிருந்த சீனிவாசனிடம் சொல்லிவிட்டுப் பெரிய டாக்டர் பின்னால் விரைந்தார்.

சீனிவாசன் வள்ளியம்மாளைப் பார்த்தான்.

'இங்கே வாம்மா. உன் பேர் என்ன? டேய் சாவுகிராக்கி! அந்த ரிஜிஸ்தரை எடுடா!'

'வள்ளியம்மாள்.'

'பேஷண்ட் பேரு?'

'அவரு இறந்து போய்ட்டாருங்க.'

சீனிவாசன் நிமிர்ந்தான்.

'பேஷண்ட்டுன்னா நோயாளி... யாரைச் சேர்க்கணும்?'

'என் மகளைங்க.'

'பேரு என்ன?'

'வள்ளியம்மாளுங்க.'

'என்ன சேட்டையா பண்றே? உன் மக பேர் என்ன?'

'பாப்பாத்தி.'

'பாப்பாத்தி! அப்பாடா. இந்தா, இந்தச் சீட்டை எடுத்துக்கிட்டுப் போயி இப்படியே நேராப் போனின்னா அங்கே மாடிப்படிகிட்ட நாற்காலி போட்டுக்கிட்டு ஒருத்தர் உக்காந்திருப்பார். வரு மானம் பாக்கறவரு. அவருகிட்ட கொடு.'

'குளந்தைங்க?'

'குளந்தைக்கு ஒண்ணும் ஆவாது. அப்படியே படுத்திருக்கட்டும். கூட யாரும் வல்லையா? நீ போய் வா... விஜயரங்கம் யாருய்யா?'

வள்ளியம்மாளுக்குப் பாப்பாத்தியை விட்டுப் போவதில் இஷ்ட மில்லை. அந்த க்யூ வரிசையும் அந்த வாசனையும் அவளுக்குக் குமட்டிக்கொண்டு வந்தது. இறந்துபோன தன் கணவன்மேல் கோபம் வந்தது.

அந்தச் சீட்டைக் கொண்டு அவள் எதிரே சென்றாள். நாற்காலி காலியாக இருந்தது. அதன் முதுகில் அழுக்கு இருந்தது. அருகே இருந்தவரிடம் சீட்டைக் காட்டினாள். அவர் எழுதிக்கொண்டே சீட்டை இடது கண்ணின் கால்பாகத்தால் பார்த்தார். 'இரும்மா, அவரு வரட்டும்' என்று காலி நாற்காலியைக் காட்டினார். வள்ளி அம்மாளுக்குத் திரும்பித் தன் மகளிடம் செல்ல ஆவல் ஏற்பட்டது. அவள் படிக்காத நெஞ்சில், காத்திருப்பதா, குழந்தையிடம் போவதா என்கிற பிரச்னை உலகளவுக்கு விரிந்தது.

'ரொம்ப நேரமாவுங்களா?' என்று கேட்கப் பயமாக இருந்தது அவளுக்கு.

வருமானம் மதிப்பிடுபவர் தன் மருமானை அட்மிட் பண்ணி விட்டு மெதுவாக வந்தார். உட்கார்ந்தார். ஒரு சிட்டிகைப் பொடியை மூக்கில் மூன்று தடவை தொட்டுக்கொண்டு கர்ச்சீப் பைக் கயிறாகச் சுருட்டித் தேய்த்துக்கொண்டு சுறுசுறுப்பானார்.

'த பார், வரிசையா நிக்கணும். இப்படி ஈசப்பூச்சி மாதிரி வந்தீங்கன்னா என்ன செய்யறது?'

வள்ளியம்மாள் முப்பது நிமிஷம் காத்திருந்தபின் அவள் நீட்டிய சீட்டு அவளிடமிருந்து பிடுங்கப்பட்டது.

'டாக்டர்கிட்ட கையெழுத்து வாங்கிக்கிட்டு வா. டாக்டர் கையெழுத்தே இல்லையே அதிலே!'

'அதுக்கு எங்கிட்டுப் போவணும்?'

'எங்கேருந்து வந்தே?'

'மூனாண்டிப்பட்டிங்க!'

கிளார்க் 'ஹத்' என்றார். சிரித்தார். 'மூனாண்டிப்பட்டி! இங்கே கொண்டா அந்தச் சீட்டை.'

சீட்டை மறுபடி கொடுத்தாள். அவர் அதை விசிறிபோல் இப்படித் திருப்பினார்.

'உன் புருசனுக்கு என்ன வருமானம்?'

'புருசன் இல்லீங்க.'

'உனக்கு என்ன வருமானம்?'

அவள் புரியாமல் விழித்தாள்.

'எத்தனை ரூபா மாசம் சம்பாதிப்பே?'

'அறுப்புக்குப் போனா நெல்லாக் கிடைக்கும். அப்புறம் கம்பு, கேவரகு!'

'ரூபா கிடையாதா? சரி சரி. தொண்ணூறு ரூபா போட்டு வெக்கறேன்.'

'மாசங்களா?'

'பயப்படாதே. சார்ஜு பண்ணமாட்டாங்க. இந்தா, இந்தச் சீட்டை எடுத்துக்கொண்டு இப்படியே நேராப் போய் இடது பக்கம்- பீச்சாங்கைப் பக்கம் திரும்பு. சுவத்திலே அம்பு அடையாளம் போட்டிருக்கும். 48-ம் நம்பர் ரூமுக்குப் போ.'

வள்ளியம்மாள் அந்தச் சீட்டை இரு கரங்களிலும் வாங்கிக் கொண்டாள். கிளார்க் கொடுத்த அடையாளங்கள் அவள் எளிய மனத்தை மேலும் குழப்பி இருக்க, காற்றில் விடுதலை அடைந்த காகிதம்போல் ஆஸ்பத்திரியில் அலைந்தாள். அவளுக்குப் படிக்க வராது. 48-ம் நம்பர் என்பது உடனே அவள் ஞாபகத்தி லிருந்து விலகி இருந்தது. திரும்பிப் போய் அந்த கிளார்க்கைக் கேட்க அவளுக்கு அச்சமாக இருந்தது.

ஒரே ஸ்ட்ரெச்சரில் இரண்டு நோயாளிகள் உட்கார்ந்துகொண்டு, பாதி படுத்துக்கொண்டு, மூக்கில் குழாய் செருகி இருக்க அவளைக் கடந்தார்கள். மற்றொரு வண்டியில் ஒரு பெரிய வாய் அகன்ற பாத்திரத்தில் சாம்பார் சாதம் நகர்ந்துகொண்டிருந்தது. வெள்ளைக் குல்லாய்கள் தெரிந்தன. அலங்கரித்துக்கொண்டு, வெள்ளைக் கோட் அணிந்துகொண்டு, ஸ்டெதாஸ்கோப் மாலையிட்டு, பெண் டாக்டர்கள் சென்றார்கள். போலீஸ்காரர்கள், காபி டம்ளர்காரர்கள், நர்ஸ்கள் எல்லோரும் எல்லாத் திசையிலும் நடந்துகொண்டிருந்தார்கள். அவர்கள் அவசரத்தில் இருந்தார்கள். அவர்களை நிறுத்திக் கேட்க அவளுக்குப் பயமாக இருந்தது. என்ன கேட்பது என்றே அவளுக்குத் தெரியவில்லை. ஏதோ ஒரு அறையின் முன் கும்பலாக நின்றுகொண்டிருந்தார்கள். அங்கே ஒரு ஆள் அவள் கையில் இருந்த சீட்டுபோலப் பல பழுப்புச் சீட்டுக்களைச் சேகரித்துக்கொண்டிருந்தான். அவன் கையில் தன் சீட்டைக் கொடுத்தாள். அவன் அதைக் கவனமில்லாமல் வாங்கிக் கொண்டான். வெளியே பெஞ்சில் எல்லோரும் காத்திருந்தார்கள். வள்ளியம்மாளுக்குப் பாப்பாத்தியின் கவலை வந்தது. அந்தப் பெண் அங்கே தனியாக இருக்கிறாள். சீட்டுக்களைச் சேகரித்தவன் ஒவ்வொரு பெயராகக் கூப்பிட்டுக் கொண்டிருந்தான். கூப்பிட்டு வரிசையாக அவர்களை உட்கார வைத்தான். பாப்பாத்தியின் பெயர் வந்ததும் அந்தச் சீட்டைப் பார்த்து, 'இங்க கொண்டு வந்தியா! இந்தா' என்று சீட்டைத் திருப்பிக் கொடுத்து, 'நேராப் போ' என்றான். வள்ளியம்மாள், 'அய்யா, இடம் தெரியலிங்களே' என்றாள். அவன் சற்று யோசித்து எதிரே சென்ற ஒருவனைத் தடுத்து நிறுத்தி, 'அமல்ராஜ், இந்த அம்மாளுக்கு நாற்பத்தி எட்டாம் நம்பரைக் காட்டுய்யா. இந்த ஆள் பின்னாடியே போ. இவர் அங்கேதான் போறார்' என்றான்.

அவள் அமல்ராஜின் பின்னே ஓடவேண்டி இருந்தது.

அங்கே மற்றொரு பெஞ்சில் மற்றொரு கூட்டம் கூடி இருந்தது. அவள் சீட்டை ஒருவன் வாங்கிக்கொண்டான். வள்ளியம்மாளுக்கு ஒன்றும் சாப்பிடாததாலும், அந்த ஆஸ்பத்திரி வாசனையினாலும் கொஞ்சம் தலை சுற்றியது.

அரை மணி கழித்து அவள் அழைக்கப்பட்டாள். அறையின் உள்ளே சென்றாள். எதிர் எதிராக இருவர் உட்கார்ந்து காகிதப் பென்சிலால் எழுதிக்கொண்டிருந்தார்கள். அவர்களில் ஒருத்தன்

அவள் சீட்டைப் பார்த்தான். திருப்பிப் பார்த்தான். சாய்த்துப் பார்த்தான்.

'ஓ.பி. டிபார்ட்மெண்டிலிருந்து வரியா?'

இந்தக் கேள்விக்கு அவளால் பதில் சொல்ல முடியவில்லை.

'அட்மிட் பண்றதுக்கு எளுதி இருக்கு. இப்ப இடம் இல்லை. நாளைக் காலையிலே சரியா ஏழரை மணிக்கு வந்துடு. என்ன?'

'எங்கிட்டு வரதுங்க?'

'இங்கேயே வா. நேரா வா, என்ன?'

வள்ளியம்மாளுக்கு அந்த அறையைவிட்டு வெளியே வந்ததும், ஏறக்குறைய ஒன்றரை மணி நேரம் தனியாக விட்டு வந்துவிட்ட தன் மகள் பாப்பாத்தியின் கவலை மிகப் பெரிதாயிற்று. அவளுக்குத் திரும்பிப் போகும் வழி தெரியவில்லை. ஆஸ்பத்திரி அறைகள் யாவும் ஒன்றுபோல் இருந்தன. ஒரே ஆசாமி திரும்பத் திரும்ப பல்வேறு அறைகளில் உட்கார்ந்திருப்பதுபோல் தோன்றியது. ஒரு வார்டில் கையைக் காலைத் தூக்கி, கிட்டி வைத்துக் கட்டி, பல பேர் படுத்திருந்தார்கள். ஒன்றில் சிறிய குழந்தைகள் வரிசையாக முகத்தைச் சுளித்து அழுதுகொண்டு இருந்தன. மிஷின்களும், நோயாளிகளும், டாக்டர்களுமாக அவளுக்குத் திரும்பும் வழி புரியவில்லை.

'அம்மா' என்று ஒரு பெண் டாக்டரைக் கூப்பிட்டு தான் புறப்பட்ட இடத்தின் அடையாளங்களைச் சொன்னாள். 'நிறைய டாக்டருங்க கூடிப் பேசிக்கிட்டாங்க. வருமானம் கேட்டாங்க, பணம் கொடுக்கவேண்டாம்னு சொன்னாங்க. எம் புள்ளையை அங்கிட்டு விட்டுட்டு வந்திருக்கேன் அம்மா!'

அவள் சொன்ன வழியில் சென்றாள். அங்கே கேட்டுக் கதவு பூட்டி இருந்தது. அப்போது அவளுக்கு பயம் திகிலாக மாறியது. அவள் அழ ஆரம்பித்தாள். நட்ட நடுவில் நின்றுகொண்டு அழுதாள். ஒரு ஆள் அவளை ஓரமாக ஒதுங்கி நின்று அழச் சொன்னான். அந்த இடத்தில் அவள் அழுவது அந்த இடத்து அஸெப்டிக் மணம்போல் எல்லோருக்கும் சகஜமாக இருந்திருக்க வேண்டும்.

'பாப்பாத்தி! பாப்பாத்தி! உன்னை எங்கிட்டுப் பாப்பேன்? எங்கிட்டுப் போவேன்?' என்று பேசிக்கொண்டே நடந்தாள்.

ஏதோ ஒரு பக்கம் வாசல் தெரிந்தது. ஆஸ்பத்திரியை விட்டு வெளியே செல்லும் வாசல். அதன் கேட்டைத் திறந்து வெளியே மட்டும் செல்ல விட்டுக்கொண்டிருந்தார்கள். அந்த வாசலைப் பார்த்த ஞாபகம் இருந்தது அவளுக்கு.

வெளியே வந்துவிட்டாள். அங்கிருந்துதான் தொலைதூரம் நடந்து மற்றொரு வாசலில் முதலில் உள் நுழைந்தது ஞாபகம் வந்தது. அந்தப் பக்கம் ஓடினாள். மற்றொரு வாயிலை அடைந்தாள். அந்த மரப்படிகள் ஞாபகம் வந்தது. அதோ வருமானம் கேட்ட ஆசாமியின் நாற்காலி காலியாக இருக்கிறது. அங்கேதான்!

ஆனால் வாயில்தான் மூடப்பட்டிருந்தது. உள்ளே பாப்பாத்தி ஒரு ஓரத்தில் இன்னும் அந்த ஸ்ட்ரெச்சரில் கண்மூடிப் படுத்திருப்பது தெரிந்தது.

'அதோ! அய்யா, கொஞ்சம் கதவைத் திறவுங்க. எம்மவ அங்கே இருக்கு.'

'சரியா மூணு மணிக்கு வா. இப்ப எல்லாம் க்ளோஸ்.' அவனிடம் பத்து நிமிஷம் மன்றாடினாள். அவன் பாஷை அவளுக்குப் புரிய வில்லை. தமிழ்தான். அவன் கேட்டது அவளுக்குப் புரிய வில்லை. சில்லறையைக் கண்ணில் ஒத்திக்கொண்டு யாருக்கோ அவன் வழிவிட்டபோது அந்த வழியில் மீறிக் கொண்டு உள்ளே ஓடினாள். தன் மகளை வாரி அணைத்துக்கொண்டு தனியே பெஞ்சில் போய் உட்கார்ந்துகொண்டு அழுதாள்.

பெரிய டாக்டர் எம்.டி. மாணவர்களுக்கு வகுப்பு எடுத்து முடிந்ததும் ஒரு கப் காப்பி சாப்பிட்டுவிட்டு வார்டுக்குச் சென்றார். அவருக்குக் காலையில் பார்த்த மெனின்ஜைடிஸ் கேஸ் நன்றாக ஞாபகம் இருந்தது. B.M.J.யில் சமீபத்தில் புதிய சில மருந்துகளைப் பற்றி அவர் படித்திருந்தார்.

'இன்னிக்குக் காலையிலே அட்மிட் பண்ணச் சொன்னேனே மெனின்ஜைடிஸ் கேஸ். பன்னிரண்டு வயசுப் பொண்ணு எங்கேய்யா?'

'இன்னிக்கு யாரும் அட்மிட் ஆகலையே டாக்டர்.'

'என்னது? அட்மிட் ஆகலையா? நான் ஸ்பெஸிஃபிக்காச் சொன்னேனே! தனசேகரன், உங்களுக்கு ஞாபகம் இல்லை?'

‘இருக்கிறது டாக்டர்!’

‘பால்! கொஞ்சம் போய் விசாரிச்சுட்டு வாங்க. அது எப்படி மிஸ் ஆகும்?’

பால் என்பவர் நேராகக் கீழே சென்று எதிர் எதிராக இருந்த கிளார்க்குகளிடம் விசாரித்தார்.

‘எங்கேய்யா! அட்மிட் அட்மிட்னு நீங்க பாட்டுக்கு எழுதிப் புடறீங்க. வார்டிலே நிக்க இடம் கிடையாது!’

‘ஸ்வாமி! சீஃப் கேக்கறார்!’

‘அவருக்குத் தெரிஞ்சவங்களா?’

‘இருக்கலாம். எனக்கு என்ன தெரியும்?’

‘பன்னண்டு வயசுப் பொண்ணு ஒண்ணும் நம்ப பக்கம் வரலை. வேற யாராவது வந்திருந்தாக்கூட எல்லாரையும் நாளைக்குக் காலை 7.30-க்கு வரச் சொல்லிட்டேன். ராத்திரி ரெண்டு மூணு பெட் காலியாகும். எமர்ஜென்ஸின்னா முன்னாலேயே சொல்ல ணும்! இல்லை, பெரியவருக்கு அதிலே இண்ட்ரஸ்ட் இருக்குன்னு ஒரு வார்த்தை! உறவுக்காரங்களா?’

வள்ளியம்மாளுக்கு மறுநாள் காலை 7.30 வரை, தான் என்ன செய்யப் போகிறோம் என்பது தெரியவில்லை. அவளுக்கு ஆஸ்பத்திரியின் சூழ்நிலை மிகவும் அச்சம் தந்தது. அவர்கள் தன்னைப் பெண்ணுடன் இருக்க அனுமதிப்பார்களா என்பது தெரியவில்லை. வள்ளியம்மாள் யோசித்தாள். தன் மகள் பாப்பாத்தியை அள்ளி அணைத்துக்கொண்டு மார்பின் மேல் சார்த்திக்கொண்டு, தலை தோளில் சாய, கைகால்கள் தொங்க, ஆஸ்பத்திரியைவிட்டு வெளியே வந்தாள். மஞ்சள் நிற சைக்கிள் ரிக்ஷாவில் ஏறிக்கொண்டாள். அவனை பஸ் ஸ்டாண்டுக்குப் போகச் சொன்னாள்.

‘வாட் நான்ஸென்ஸ்! நாளைக்குக் காலை ஏழரை மணியா! அதுக்குள்ள அந்தப் பெண் செத்துப் போய்டும்யா! டாக்டர் தனசேகர், நீங்க ஓ.பி.யிலே போய்ப் பாருங்க. அங்கேதான் இருக்கும்! இந்த ரெச்சட் வார்டிலே ஒரு பெட் காலி இல்லைன்னா நம்ம டிபார்ட்மெண்ட் வார்டிலே பெட் இருக்குது. கொடுக்கச் சொல்லுங்க! க்விக்!’

'டாக்டர்! அது ரிஸர்வ் பண்ணி வெச்சிருக்கு!'

'I don't care. I want that girl admitted now. Right now!'

பெரியவர் அம்மாதிரி இதுவரை இரைந்ததில்லை. பயந்த டாக்டர் தனசேகரன், பால், மிராண்டா என்கிற தலைமை நர்ஸ் எல்லோரும் வள்ளியம்மாளைத் தேடி ஓ.பி. டிபார்ட்மெண்டுக்கு ஓடினார்கள்.

'வெறும் சுரம்தானே? பேசாமல் மூனாண்டிப்பட்டிக்கே போயிடலாம். வைத்தியரிடம் காட்டிவிடலாம். கிராம ஆஸ்பத்திரிக்குப் போகவேண்டாம். அந்த டாக்டர்தான் பயங்காட்டி மதுரைக்கு விரட்டினார். சரியாகப் போய்விடும். வெள்ளைக்கட்டி போட்டு விபூதி மந்திரித்து விடலாம்.' சைக்கிள் ரிக்ஷா பஸ் நிலையத்தை நோக்கிச் சென்று கொண்டிருந்தது. வள்ளியம்மாள், 'பாப்பாத்திக்குச் சரியாய்ப் போனால் வைதீஸ்வரன் கோயிலுக்கு இரண்டு கை நிறையக் காசு காணிக்கையாக அளிக்கிறேன்' என்று வேண்டிக்கொண்டாள்.

பார்வை

பிருந்தாவன் எக்ஸ்பிரஸின் முதல் வகுப்பில் அன்று அதிகக் கூட்டம் இல்லை. ரேஸ் எதிர்ப் பக்கம் நடக்கிறது. ஏரோப்ளேன் வகை சீட்டுகளில் இங்கொன்றும் அங்கொன்றுமாகத் தலைகள் தெரிந்தன. பொழுது போகாதவர்கள் மேலும் கீழும் நடந்து கொண்டிருந்தார்கள். இளைஞர்கள் ஜேம்ஸ் ஹாட்லி சேஸ் நாவலைப் பிடித்துக்கொண்டு, முகத்தில் பெரிய முட்டை வடிவக் கண்ணாடி அணிந்துகொண்டு, எங்கெங்கே இளம் பெண்கள் உட்கார்ந்திருக்கிறார்கள் என்று சர்வே செய்துகொண்டிருந்தார்கள். வண்டி அப்போதுதான் கிளம்பி இருந்தது. கண்டோன்மென்ட் தாண்டியதும்தான் காப்பி, பிளாஸ்டிக் பைக்குள் ஜிலேபி, சாக்லெட், ஐஸ்கிரீம், மசால்வடை ராணுவம் கிளம்பும்.

நான் ரயிலில் புத்தகங்கள் படிப்பதில்லை. சென்னைக்கு ஐந்து மணி நேரம் இருந்தது. சும்மா மனிதர்களைப் பார்த்துக் கொண்டிருப்பது, கேட்டுக் கொண்டிருப்பது எனக்குப் பிடிக்கும். இன்று அதற்கு அதிக வாய்ப்பில்லை. பொழுது எப்படிச் செல்லப் போகிறது? கவலை. கண்டோன்மெண்ட்டில் வண்டி நின்றது.

அருகில் இருக்கும் சீட்டில் வந்து உட்கார்ந்தவனை நான் சரியாகக் கவனிக்கவில்லை. வெளியே ஒரு வயதான ஆங்கிலோ இந்தியத் தம்பதியை வேடிக்கை பார்த்துக்கொண்டிருந்தேன். கிழவன் தன் ரோஸிக்கு கன்னத்தில் ஒரு ரப்பர் ஸ்டாம்ப் முத்தம் கொடுத்துவிட்டுச் சட்டென்று வண்டியில் ஏறிக்கொண்டான். அவள் மூக்கைச் சிந்திக்கொண்டு அதே கைக்குட்டையால் டாட்டா காட்டினாள்.

'எத்தனைப்பா?'

'குடுங்க சாமி! போட்டுக் குடுங்க!'

'பெரியசாமி, இது எத்தனைடா? ஒரு ரூபாதானே?'

'ஆமாய்யா!'

'பக்கத்திலே ஆள் இருக்காங்க, இல்லை!'

'ஆமாய்யா!'

'வலது பக்கமா?'

'ஆமாய்யா!'

'நீ போய் உக்காரு! உன் சீட் எங்கே?'

'இதோ எதிர்த்தாப்பலேயே இருக்கு. கூட்டமே இல்லை.'

அருகில் நிகழ்ந்த சம்பாஷணை எனக்குப் புரியவில்லை. திரும்பினேன். என் அருகே ஓர் இளைஞன். எதிரே போர்ட்டர். ஓரத்தில் ஒரு ஒன்பது வயதுப் பையன்.

போர்ட்டர் ஒரு ரூபாயைச் சம்மதத்துடன் வாங்கிக்கொண்டு கண்ணில் ஒத்திக்கொண்டான். சலாம் போட்டுவிட்டு, 'நான் வரேன். பையா, ஐயாவைப் பார்த்து அளைச்சுட்டுப் போ' என்று சொல்லிச் சென்றான். இளைஞனைப் பார்த்தேன். இருபத்து ஐந்து இருக்கலாம். கருப்புக் கண்ணாடி அணிந்திருந்தான். ஒரே திக்கில் பார்த்துக்கொண்டு தன் பர்ஸைப் பைக்குள் பத்திரமாக வைத்துக்கொண்டான். நல்ல ஷர்ட் அணிந்திருந்தான். சிவப்பாக இருந்தான். தலை மயிர் அளவாக வெட்டப்பட்டிருந்தது.

இளைஞன் கண் பார்வை இல்லாதவன், அவன் மெதுவாக, உத்தேசமாக என் பக்கம் திரும்பி, 'நீங்களும் மெட்ராஸ்தான் போறீங்களா?' என்றான். 'ஆம்' என்றேன். 'என் பெயர் கிருஷ்ண குமார். நான் பார்வையில்லாதவன்' என்றான். சிரித்தான். இந்த அப்பட்டமான சுய அறிமுகம் என்னை வீழ்த்தியது. என்ன சொல்வது! 'ஐ ஆம் ஸோ ஸாரி!' என்பதா, 'அப்படியா!' என்பதா? தயங்கி என் பெயர் சொன்னேன்.

'சந்தோஷம்' என்று என் கையைக் கேட்டு வாங்கி அதைப் பற்றி அழுத்திக் குலுக்கினான்.

'ஐந்து மணி நேரம் ஆகும்!' என்றான். அவன் குரல் உன்னதமாக இருந்தது. பாடத் தெரிந்தால் நன்றாகப் பாடுவான். அவனை நான் உன்னிப்பாகப் பார்த்தேன். கையில் கடிகாரம் எதற்காக? சுத்தமான உயர்தர உடைகள். அதிகம் பதியாத கால்கள். பணக் காரன். அவன் உட்கார்ந்த விதம் எதையுமே எதிர்பார்க்கவில்லை; தன்னைச் சுற்றி வாழ்க்கை கடந்து செல்லட்டும் என்கிற பாவத்தில் இருந்தது. வண்டி கிளம்பி வேகம் பிடித்துவிட்டது. ஒரு அனாமத்தான ஸ்டேஷன் விர்ர் என்று ஒரு ப்ளர்ராகச் சென்றது. அவனைக் கேள்விகள் கேட்க என் மனம் துடித்தது. சிறு டிபன் பட்டாளத்தின் முதல் ஆசாமி புறப்பட்டு விட்டான். என் மூக்கருகே வேஃபர் பிஸ்கட் தோன்றி மறைந்தது. எதிரே அவனுடன் வந்திருந்த ஒன்பது வயதுப் பையன் - பெரிய சாமியா? - மெத்தை சீட்டில் குற்ற உணர்ச்சியுடன் உட்கார்ந்திருந் தான். அவனது துவைத்த ஷர்ட்டில் சுருக்கங்கள் இருந்தன. பட்டன் இல்லாத இடம் ஒன்றில் ஒரு ஸேஃப்டி பின் குத்தி இருந்தது. வேலைக்காரப் பையன்.

இளைஞனே ஆரம்பித்தான். 'நீங்கள் பெங்களூர்வாசியா?'

'ஆம். மூன்று வருஷம்!'

'எக்ஸ்கியூஸ் மீ. ஆம் ஐ டிஸ்டர்பிங் யூ?' நல்ல உச்சரிப்பில் ஆங்கிலம்.

'நாட் அட் ஆல்' என்றேன்.

'நீங்கள் ஏதாவது படித்துக்கொண்டிருக்கலாம். நான் கொஞ்சம் அதிகம் பேசுவேன். பேச்சு ஒன்றுதான் எனக்கு...'

'புரிகிறது' என்றேன். சொல்லியிருக்கக் கூடாதோ? 'நீங்கள் நிறையப் பேசலாம். நான் நிறையக் கேட்கிறேன். என்னிடம் புத்தகங்கள் எதுவும் இல்லை. பொழுது போவதற்கு நல்ல கம்பெனி கிடைத்தது' என்றேன்.

'கொஞ்சம் வித்தியாசமான கம்பெனி! இல்லையா! உங்களைப் பற்றிக் கொஞ்சம் சொல்லட்டுமா?'

'பார்டன்!'

'நான் உங்களைப் பார்க்கவில்லை. பார்க்கமுடியாது. உங்கள் கையைக் குலுக்கினேன். உங்கள் குரலைக் கேட்டேன். உங்கள்

கை மிருதுவாக இருந்தது. உடல் வேலை செய்யும் ஆசாமியின் கையில்லை அது. நீங்கள் ஒரு ஆபீசில் வேலை செய்பவராக இருக்கலாம். உங்கள் குரல் உங்களுக்கு சுமார் முப்பத்து ஐந்து வயது என்று சொல்கிறது.'

'முழுவதும் சரி' என்றேன். முப்பத்து எட்டாக இருந்தாலும் என்ன? கிட்டத்தட்ட வந்துவிட்டானே!

'அப்புறம் நீங்கள் சிகரெட் பிடிப்பீர்கள் என நினைக்கிறேன். உங்களருகில் மெலிதாக அந்த வாசனை இருக்கிறது.'

'ரிமார்க்கபிள்! நீங்கள் போலீஸில் இருக்கவேண்டும்.'

அவன் புன்னகைத்தான். 'துப்பறியும் நாயாகவா?'

'நான் உங்களைப் பற்றி ஒன்றே ஒன்று சொல்லட்டுமா?'

'சொல்லுங்கள்' என்றான் சுவாரசியத்துடன்.

'நீங்கள் கண் தெரியாதவராக இருந்தாலும் அதைப் பற்றிப் பிறர் பரிதாபப்படுவதை விரும்பவில்லை.'

'எப்படிச் சொல்கிறீர்கள்?'

'அந்த போர்ட்டர் உங்கள் வேலைக்காரனிடம், 'ஐயாவை பாத்து அளைச்சுட்டுப் போ ' என்று சொன்னபோது உங்கள் முகம் மாறியது.'

'அவன் மெல்ல, 'கரெக்ட். நான் பரிதாபத்தை விரும்புவதில்லை' என்றான்.

'உங்கள் ஊகத்துக்கு என் ஊகம் கீழானதுதான். பார்த்துச் சொல்லுவது, பார்க்காமல் சொல்வதைவிட சுலபம் இல்லையா?'

'நீங்கள் லாயரா?'

'இல்லை. இன்ஜினீயர். எலெக்ட்ரானிக்ஸ்.'

'எங்கே வேலை செய்கிறீர்கள்?'

'பாரத் எலெக்ட்ரானிக்ஸ்.'

'அப்படியா! உங்கள் கம்பெனியில் ஒரு தமிழ் எழுத்தாளர் இருக்கிறார்.'

‘தெரியும்... அவரை எனக்குக் கொஞ்சம் அந்தரங்கமாகவே தெரியும்.’

‘நீங்கள்தானா?’ கெட்டிக்காரன்தான். கொஞ்சம் அந்தரங்க மாகவே தெரியும் என்று சொன்ன பாவத்திலிருந்து சடக்கென்று தாவிவிட்டான்.

‘ஆம்’ என்றேன். அவன் சற்று நேரம் மௌனமாக என் திக்கில் நிலைத்திருந்தான். அவன் என்னை மிகவும் பார்க்க விரும்பு கிறானோ என்று தோன்றியது.

‘உங்களைச் சந்தித்ததில் எனக்கு மிகவும் மகிழ்ச்சி.’ ‘சந்தித்ததில்’ கண் தெரிந்த உலகத்தின் வார்த்தை.

‘நான் உங்களைத் தொடலாமா?’

எனக்கு ‘திக்’ என்றது. அவன் கரம் மெதுவாக என் முகத்தருகே வந்து என் முகத்தை வருடியது. எனக்கு மயிர்க்கால்களைச் சிலிர்க்க வைத்தது.

‘உங்கள் கதைகளை நான் படித்திருக்கிறேன். சில எனக்குப் பிடித்திருந்தன... சில குப்பைக் கதைகள். யூ ஆர் கேபபிள் ஆஃப் ஸம் குட் ரைட்டிங்.’

‘அப்படியா, நன்றி. எப்படிப் படித்தீர்கள்?’

அவன் முகம் சற்று மாறியது. ‘மன்னிக்கவும். நான் படித்தேன் என்றால் படிக்கச்சொல்லிக் கேட்டேன் என்று பொருள். பார்த்தேன் என்றால் தொட்டேன் என்று பொருள். என் உலகம் முக்கால் உலகமல்லவா?’

‘நீங்கள் கல்லூரி சென்றிருக்கிறீர்களா?’

‘ஆம்... நான் எம்.ஏ. படித்திருக்கிறேன்.’

‘வெரிகுட்.’

‘ஜூன் மாதம் எட்டாம் தேதி என்னைப்பற்றி இண்டியன் எக்ஸ்பிரஸில் நான்கு வரிகள் வந்திருந்தனவே?’

‘அப்படியா?’

‘எல்லோரும் ஆச்சரியப்பட்டார்கள். எனக்கு மாலை எல்லாம் போட்டுக் கை தட்டினார்கள். பிஸ்கட் சாப்பிட்டார்கள்.’

'ஆச்சரியம்தான்.'

'ஆச்சரியம்தான் இல்லையா?' அவன் குரலில் கொஞ்சம் ஏளனம்கூட இருந்ததோ?

'பரீட்சை எப்படி எழுதினீர்கள்?'

'எனக்காக ஸ்பெஷலாக டிக்டேஷன் செய்வதற்காக ஒரு ஆள் அனுமதித்திருந்தார்கள். கேட்டுக் கேட்டே படித்தேன். கேட்டுக் கேட்டே பாஸ் பண்ணினேன்.'

'ரிமார்க்கபிள். எம்.ஏ. என்ன பாடம்?'

'பொலிட்டிகல் சயன்ஸ்.'

'இனி என்ன பண்ணுவதாக உத்தேசம்?'

'இதுவரை ஏதாவது செய்தேனா என்ன, இனி என்ன செய்ய என்று யோசிக்க.'

'ஏன், இதுவரை எம்.ஏ. படித்தீர்கள்... இனி?'

'இன்னும் கொஞ்சம் படிக்கலாம். அவ்வளவுதான். படித்தால் ஃபிலாஸபி... மொழிகள் பற்றிப் படிக்க ஆசை... ஆனால் ஒரு விதத்தில் எனக்கு அலுத்துப் போய்விட்டது.'

'ஏன்?'

'இந்த எம்.ஏ. எனக்குக் கண் தெரிந்த உலகம் தந்த சலுகை. வகுப்பறையில் டேப் ரெகார்டர் அனுமதிக்கப்பட்டு... எனக்காக எழுதும் முறை தனியாக அமைக்கப்பட்டு... இதெல்லாம் எதற்காக? இதோ ஒரு ஆச்சரியம், பேப்பரில் போட்டு, மாலை போட்டு, 'எல்லாரும் பாருங்கடா, பார்வை இல்லாதவன் எம்.ஏ. பாஸ் பண்ணி இருக்கிறான்' என்று பார்வை உள்ளவர்களுக்கு உதாரணம் காட்ட ஒரு குரூரமான ஆச்சரியம். இரண்டு தலை ஆடுபோல்... எம்.ஏ. பாஸ் செய்த குருடன்.'

அவன் சிரித்துக்கொண்டுதான் சொன்னான்.

'உங்கள் வார்த்தைகளில் வெறுப்பு இருக்கிறது.'

'வெறுப்பே இல்லை, உண்மை.' அவன் நேராக உட்கார்ந்து கொண்டான். 'சார், நான் ஒரு பிறவிக் குருடன். பார்வை என்றால்

என்ன என்றே எனக்குத் தெரியாது. நீங்கள் எழுத்தாளர். என் ஒரே ஒரு கேள்விக்குப் பதில் சொல்கிறீர்களா?'

'கேளுங்கள்.'

'வர்ணம் என்பது என்ன? எனக்கு வர்ணியுங்கள், கேட்கிறேன். வர்ணம் என்பது என்ன?'

நான் மௌனமாக இருந்தேன். என் மனத்தில் அலை அலையாக வார்த்தைகள் மோதின. எல்லாம் கண் தெரிந்த வார்த்தைகள்.

'சொல்லுங்கள்.'

'கொஞ்சம் யோசிக்கவேண்டும்.'

'நான் காத்திருக்கிறேன்' என்றான். அதே புன்னகை மறுபடி.

பிறந்ததிலிருந்தே வானத்தைப் பார்த்திராதவனுக்கு, சாயங்கால சூரிய ஜாலத்தைப் பார்த்திராதவனுக்கு, பெண்களின் கண்களை, நெல் வயல்களின் பச்சைப் போர்வையை, மண்ணின் சிவப்பை, அழுக்கை, கறுப்பை, ரத்தத்தை, மலர்களை எவையும் பார்த்திரா தவனுக்கு எப்படிச் சொல்வது? பௌதிக சாஸ்திரம் வர்ணத்தை ஆங்ஸ்ட்ராம் யூனிட்களாகச் சொல்கிறது. அவன் மூளைக்குள் செத்துக் கிடக்கும் பார்வை நரம்புகளை உயிர்ப்பிக்க எண்களால், வார்த்தைகளால் முடியுமா? எப்படி முடியும்?

முயன்று பார்த்தேன்.

'உங்களுக்குச் சங்கீதம் பிடிக்குமா?'

'நிறைய.'

'ஏழு சுரங்கள் இருக்கின்றன, இல்லையா?'

'ஆம்.'

'வர்ணங்களும் ஒருவிதமான சங்கீதம்தான். கண்கள் வழியே உணரும் சங்கீதம் என்று வைத்துக்கொள்ளுங்கள். வயலட்-ஸ, இண்டிகோ-ரி, நீலம்-க, பச்சை-ம, மஞ்சள்-ப, ஆரஞ்ச்-த, சிவப்பு-நி, இப்படி நீங்கள் யோசிக்கலாம். இப்போது நான் வெளியே, ஜன்னலுக்கு வெளியே பார்க்கையில் நான் பார்ப்பது மம...பபப...தத...நி...ம... நிமிர்ந்து வானத்தைப் பார்த்தால் ஒரு விசாலமான காந்தாரம்; சாயங்கால வேளைகளில் மேற்கே கொஞ்சம் நிஷாதம். தைவதம்.'

நான் அவன் முகத்தில் எதிரொலியைத் தேடினேன்.

'புதுவிதமாகச் சொல்கிறீர்கள். புரியவில்லை. முயற்சி செய்து பார்க்கிறேன். என் உலகத்திலிருந்து உங்கள் உலகை யோசித்துப் பாருங்கள். எனக்கு ரயில் என்பது ஒரு இரைச்சல். உட்கார்ந்து கொண்டால் ஆடும் ஆட்டம்... ஒரு வகைக் குரல்களிலிருந்து மற்றொரு வகைக் குரல்களுக்குச் செல்லும் பிரயாணம். பெயிண்ட் வாசனை, சிகரெட் வாசனை, பூ வாசனை...'

'புரிகிறது.'

'எனக்குக் கனவுகள் குரல்கள். என் கடவுள் ஓர் இனிய குரல்.'

'இந்த வர்ணங்களும் வேறு குரல்கள்...'

'என் நண்பர்கள் என் விரல்களின் உஷ்ணம், சன்னமான, கடினமான தொடல்கள்... வாசனைகள்...'

'கிருஷ்ணகுமார், உங்களுக்குப் பார்வை இல்லாதிருந்தாலும் பார்வையுள்ள பலரைவிட அதிகமாக, பெர்ஸப்ஷன் இருக் கிறது. உங்களால் உங்கள் நினைவுகளைத் துல்லியமாக வர்ணிக்க முடிகிறது. இது ஒரு கிஃப்ட்தான்.'

'பார்வை இல்லாததற்கு ஒரு சிறிய நஷ்ட ஈடு.'

சற்று நேரம் வேறு விஷயங்கள் பற்றிப் பேசினோம். காட்பாடி யில் நான் சற்று இறங்கி நடந்தேன். தள்ளு வண்டியில் ஸ்டான்லி கார்ட்னரும், சித்தர் பாடல்களும் புத்தகங்களாக அடுக்கி இருக்க, இரண்டு ஆரஞ்சுகள் வாங்கினேன். பிளாட்பாரத்திலிருந்து என் ஜன்னல் தெரிந்தது. ஒரு குருட்டுப் பிச்சைக்காரன், 'ஐயா, கண் தெரியாதவனப்பா' என்று ஜன்னல் ஜன்னலாகத் தடவிக் கொண்டே நடந்தான். அந்த இளைஞன் தன் பர்ஸிலிருந்து ரூபாய் நோட்டுக் காகிதத்தை எடுத்துக் குரல் வந்த திக்கில் தேடித் தகரக்குவளையை உணர்ந்து, அந்த நோட்டைத் திணித்து, 'ரூபா நோட்டுடா! ஜாக்கிரதையா புடிச்சு வெச்சுக்க' என்றான். பிச்சைக் காரன் அவன் சந்ததிகளை வாழ்த்த, இளைஞன் அவன் கையைத் தொட்டு அமுக்கினான்.

காட்பாடியிலிருந்து சென்னைக்கு எண்பது மைலா? இந்த எண்பது மைலை என்னால் மறக்க முடியாது. கிருஷ்ணகுமார் தன்னைப் பற்றிப் பேசினான். மெதுவாக, தனக்கே சொல்லிக் கொள்வது போல்... பகுதிகள்:

‘எனக்கு என்னவோ அம்மாவின் ஞாபகம் இருக்கிறது என்று பிடிவாதமாக நினைத்துக்கொண்டிருக்கிறேன். ஒரு மெத்தை போன்று சன்னமான பிரவகிக்கும் உஷ்ணமாக... அவள் நான் பிறந்தவுடன் செத்துப் போயிருக்கிறாள். அவளைப் பற்றி மற்ற வர் சொன்னதைச் சேகரித்து வைத்திருக்கிறேன். புராண காலத்து அம்மா, பதிவிரதை. கணவனுக்குக் கால் அலம்பி விட்டவள்... விசிறியவள்... பின் தூங்கி முன் எழும் டைப்... வாழ்நாள் முழுதும் இரண்டு மூன்று அறைகளையே பார்த்தவள்... என் அப்பா, எனக்குச் சதா உடன் இருப்பதற்கு ஆயா ஒருத்தியை வைத்து என்மேல் தூசு படாமல் பார்த்து வளர்த்திருக்கிறார். அந்த ஆயா என்னைக் கிள்ளுவாள். அது ஞாபகம் இருக்கிறது. அவளிடம் பூண்டு வாசனை இருக்கும்... அப்பாவிடம் சானல் 22 வாசனை அடிக்கும். வேளைக்குச் சாப்பிட்டு இருக்கிறேன். குளித்திருக் கிறேன். தலை சீவிக் கொண்டு, பவுடர் போட்டுக் கொண்டு, புஷ்டி யாக வளர்ந்திருக்கிறேன். மிகச் சீக்கிரம் நான் பேச ஆரம்பித்து விட்டேனாம். சீக்கிரமே பார்வை இல்லாதவர் களுக்கு என்றே பிரத்தியேகமான பள்ளிக் கூடத்துக்கு அனுப்பப் பட்டேன்.

‘ப்ரெய்ல் எழுத்தின் முதல் அறிமுகம். சிஸ்டர் கிளாரிஸ்ஸாவின் அஸெப்டிக் வாசனை. அவள் உடைகளின் மொரமொரப்பான தன்மை. அவள் கரங்களின் பஞ்சு மென்மை... அதைவிட அவள் ‘கிருஷ்ணா’ என்று சன்னமாக அழைக்கும் குரலின் மென்மை... உலகை முதலில் எனக்கு அறுதியிட்டுக் காட்டியவள்... சமீபத்தில் இருநூறு மைல் பிரயாணம் செய்து அந்தப் பள்ளிக் கூடத்துக்குச் சென்று சிஸ்டர் கிளாரிஸ்ஸாவைத் தேடினேன். அவர் பரமபிதாவிடம் சென்றுவிட்டாராம். அப்பா என் முன்னேற்றத்தில் ஒவ்வொரு படியிலும் உதவியிருக்கிறார். பள்ளி இறுதிப்பரீட்சைக்கு பிரத்யேகமாக எனக்குச் சந்தர்ப்பம் தர டைரக்டர் ஆப் பப்ளிக் இன்ஸ்ட்ரக்ஷனை எல்லாம் பார்த்து, பேசி, உடன்பாடு பெற்று என்னை மேலும் கல்லூரியில் படிக்க வைத்து... காரில் அனுப்பி, திரும்பக் காரில் அழைத்து வந்து, டேப் ரெகார்டர் வாங்கிக் கொடுத்து, படித்துக் காட்டுவதற்கு ஏழைப் பையன் ஒருத்தனை நியமித்து, எனக்குச் சங்கீதத்தில் ஈடுபாடு ஏற்படுத்தி, சபாக் கச்சேரிகளுக்கு அனுப்பி... விரைவில் ஆர். கிருஷ்ணகுமார் எம்.ஏ. மாஸ்டர் ஆஃப் ஆர்ட்ஸ்.

‘மாஸ்டர் ஆஃப் ப்ளடி ப்ளைண்ட் ஆர்ட்ஸ்.

'Paradise regained.

'என் அப்பா என்னைப் பார்த்துப் பூரிக்கிறார். என்னை அமெரிக்காவுக்கு அனுப்ப ஆவலாக இருக்கிறார். எனக்குத்தான் விருப்பமில்லை. அமெரிக்கா என்பது என்ன? கடல் கடந்த வேறுவித வாசனைகள். வேறுவிதக் குரல்கள். அப்பாவுக்கு நான் எல்.எல்.பி. படித்துவிட்டு கோர்ட்டுக்குப் போய் எல்லாருக்கும் சமமாக வாதாட வேண்டும் என்று விருப்பம். வாதாடினால் அவருடைய மிஷன் வெற்றிகரமாக முடிந்துவிடும். பிராயச்சித்தம் கிடைத்துவிடும்... குறையோடு பிறந்தாலும் எந்தவிதக் குறையுமின்றி வளர்த்திருக்கிறார். அவர்கள் சொல்கிறார்கள், நான் கருப்புக் கண்ணாடி போட்டுக்கொண்டால் பார்க்க அழகாகக் கூட இருக்கிறேனாம். ஏதாவது பெண் என்னைக் கல்யாணம் செய்ய முன்வந்தாலும் வருவாள். செக்ஸ் என்பது என் விரல்களில் அவ்வப்போது கிடைத்த வடிவங்கள். நான் கேட்டிருந்தால் அப்பா அதற்கும் ஏற்பாடு செய்திருப்பார். செல்ல அப்பா.

'எனக்கு ஆச்சரியங்களின் இந்த முனையில் இருந்து அலுத்துவிட்டது. எனக்கு அறிவு கிடைத்துவிட்டது. அது போதாதா? மகத்தான அறிவு.

'என் வாழ்க்கை அதைவிட மோசமாக இருந்திருக்கலாம். அந்தப் பிச்சைக்காரன் போல் பிளாட்பாரத்தில் உலவ வேண்டிய கதியை எனக்குக் கொடுக்கவில்லை பரமபிதா. அதற்காக நான் பணக்காரனுக்குக் குருட்டுப் பிள்ளையாகப் பிறந்ததில் ஒரு அரை அதிர்ஷ்டம் இருந்திருக்கிறது... என்ன சொல்கிறீர்கள்?'

'உங்கள் தந்தையின் தைரியத்தையும் இதில் பாராட்டவேண்டும். உங்கள் தந்தைக்கு நீங்கள் நன்றி சொல்லவேண்டும்' என்றேன் நான்.

'எதற்கு? பணம் தந்ததற்கா?'

'இல்லை. உங்களுக்குக் கல்வி தந்ததற்கு. உங்களை நார்மலாக வளர்த்ததற்கு. உங்களுக்கு அறிவு உலகத்துக்கு அனுமதி கொடுத்ததற்கு. பிடிவாதமாக உங்களைப் படிக்க வைத்ததற்கு.'

'சார், என்னைப் படிக்க வைத்ததுதான் எனக்கு இந்த உலகில் கிடைத்த மகத்தான தண்டனை. என்னை அணில், ஆடு ஸ்டேஜிலே நிறுத்திவிட்டு வேளா வேளைக்குச் சோறு போட்டு நாற்காலியில் உட்கார வைத்திருக்கலாம் என் தந்தை. அது எனக்குச் சந்தோஷம் நிறைந்த வாழ்க்கையாகப் படுகிறது.'

'புரியவில்லை.'

'நான் படித்தேன். மெத்தப் படித்தேன். என்ன ஆயிற்று? அதன் விளைவு என்ன? கேள்விகள். பதிலே கிடைக்காத கேள்விகள். வர்ணம் என்பது என்ன? சூரியன் என்பது என்ன? வானம் என்பது என்ன? அழகு என்கிறீர்களே, என்ன சார் அது? எனக்கு எப்படிப் பதில் கிடைக்கும்? இதற்கெல்லாம் பதில் கிடைக்காவிட்டால் பரவாயில்லை. என்னுடைய அந்தரங்கமான முட்டாள்தனமான உலகில் சின்னச் சின்ன பிரத்யேகப் பதில்களை அமைத்துக் கொள்ளலாம். நான் அமைத்துக்கொண்டிருக்கிறேன்... ஆனால் ஆனால்...

'எனக்கு அறிவு ஏற்பட்டதால், படிப்பு கிடைத்ததால் கேட்ட ஒரு கேள்விக்குப் பதில், சரியான பதில் கிடைத்துவிட்டது. நான் படிக்காதிருந்தால் இந்தக் கேள்வி கேட்டிருக்கவே மாட்டேன். கேட்டிருக்கவே தெரிந்திருக்காது. படித்ததால்தான் இதன் பதிலைத் துரத்திக்கொண்டு பழைய உறவினர்களைச் சந்தித்தேன். டாக்டர்களைப் பார்த்தேன். புத்தகங்களைப் படித்தேன். அம்மாவின் உறவினர்களை, சில பழைய வேலைக் காரர்களை, ஏன், நான் பெங்களூர் சென்றதுகூடப் பதிலைத் துரத்திக்கொண்டு சென்ற என் ஆடிஸ்ஸியின் கடைசிப் பாகம். பதிலைக் கண்டுபிடித்து விட்டேன்.'

'என்ன கேள்வி அது?'

'நான் ஏன் பார்வை இன்றிப் பிறந்தேன்?'

'என்ன பதில் கிடைத்தது?'

'என் மகத்தான தந்தை என் அன்னைக்குத் தந்த ஸிஃபிலிஸ் காரணமாக. அவருக்கென்ன? மூன்று ஷாட் பென்சிலின்... எனக்கு... பிறக்குமுன்னே இருட்டு.'

'அய்யா, சென்ட்ரல் வந்திடுச்சுங்க. பெரிய அய்யாகூட ஸ்டேஷனுக்கு வந்திருக்காருங்க.'

சென்ற வாரம்

ஒன்று

அந்தப் பெண் தன் உடைகளைக் கழற்ற வெட்கப்பட்டாள். புதிதான வெட்கம். நேற்று அவள் பிறந்தமேனியாக பாத்ரூமுக்கு ஓடியபோது அப்பா பார்த்து 'ஷேம் ஷேம்' சொன்னது ஒரு காரணமாக இருக்கலாம். எனவே பாத்ரூமுக்குள் சென்று கதவை எட்டித் தாளிட்டுக் கொண்டு, அப்புறம்தான் தன் உடைகளைக் களைந்தாள். 'தடால் தடால்' என்று இரைச்சலாகத் தன் மேனியில் வெந்நீர் இறைத்துக்கொண்டு, ஒரே இடத்தில் சோப்பு தேய்த்துக் கொண்டு, மறுபடி வெந்நீர் இறைத்துக்கொண்டு, உடம்பைத் துண்டால் துடைத்து மூடிக்கொண்டு வெளியே வந்தாள்.

அழகான எட்டு வயது பெண். நனைந்த புருவங்கள், வட்டமான முகம், சின்னச் சின்ன உதடுகள், புதிய ரத்த உதடுகள், புதிய ரத்தக் கன்னங்கள். இவளுக்கு ப. நாட்டியம் சொல்லிக் கொடுத்து, அரங்கேற்ற வைத்து, படவேண்டியவர் கண்களில் பட்டு விட்டால், பதினைந்து வயதுக்குள் சினிமாவில் சேர்த்துக் கொண்டு விடுவார்கள். நான் சொல்லவில்லை; அவள் அப்பா. அவளுக்கு டான்ஸ் பிடிக்காது. பக்கத்து வீட்டு லீலாவுடன் மாடிக்குச் சென்று டிராமா விளையாட்டு விளையாடுவாள். அந்த டிராமாவில் அவள் சில சமயம் ஸ்கூல் டீச்சர், சில சமயம் ஸ்னோவைட் என்னும் ராஜகுமாரி.

'அம்மா, குளிச்சாச்சு' என்றாள். தன் பள்ளி யூனிஃபார்மைத் தானேதான் போட்டுக்கொள்வேன் என்று பிடிவாதித்தாள். போட்டுக்கொண்டாள். முகத்தில் திட்டுத் திட்டாகப் பவுடரை

அப்பிக்கொண்டு வெளியே வந்தாள். 'என்னடி இது வேஷம்?' அவசரமாக பாக்கி இருந்த வீட்டுப் பாடத்தை எழுதி முடித்தாள். ரப்பர் இல்லாததால் சில இடங்களில் எச்சிலால் அழித்தாள். தன் புத்தகங்களை அடுக்கிக்கொண்டாள். ஒரே முழுங்கில், கொடுத்த பாலைக் குடித்துவிட்டு மூச்சு வாங்கினாள். முட்டை கலந்திருந்தது பாலில் - 'உவ்வே'.

'அம்மா, போய்ட்டு வரேன். அப்பா போய்ட்டு வரேன்' என்று மிஷின்போல் அப்பாவிடம் கன்னத்தைக் காட்டினாள். அங்கே ஒரு முத்த முத்திரை விழுந்தது. 'ரொம்ப வாசனைடி.'

'போய்ட்டு வரேன், கதவைச் சாத்திக்கோ', என்று சொல்லிவிட்டு ஒரே ஓட்டம்.

அவள் போவதை ஜன்னல் வழியாகத் தந்தையும் தாயும் பார்த்து ரசித்தார்கள். 'எட்டு வயசுக்கு உசந்துடுத்து' என்றாள் தாய். ப்ராவிடண்ட் ஃபண்டில் கான்ட்ரிப்யூஷனை ஜாஸ்தியாக்க வேண்டும் என்று யோசித்தார் தந்தை.

இரண்டு

வாசலில் நுழையுமுன் ஒரு தடவை தன் சட்டையை உதறிக்கொண்டு தலையை விரல்களால் வாரிக்கொண்டு சற்று ஸ்டைல் பண்ணிக்கொண்டான். கதவைத் தட்டினான். சிறிது நேரம் கழித்துக் கதவு திறந்தாலும் அவனுள் திடீரென்று இன்பம் பிரவகித்தது. அவன் கன்னங்கள் சிவந்தன.

'வா' என்றாள். அவள்தான் காரணம்.

'ராமு இல்லையா?'

'இல்லை. கிரிக்கெட் ஆடப் போயிருக்கிறான்.'

அவள் அவனைவிடப் பெரியவள். இதுவரை பார்த்திராத ஸாரி அணிந்திருந்தாள். கையில் இங்கிலீஷ் பத்திரிகை வைத்திருந்தாள். அவனைப் பார்த்துச் சிரித்தாள். 'என்ன வேணும்?' என்றாள்.

'ஹிண்டு பேப்பரை அப்பா கொடுத்துவிட்டு எக்ஸ்பிரஸ் வாங்கிக் கொண்டு வரச் சொன்னார்.'

'உன் கையிலே எக்ஸ்பிரஸ்தானே இருக்கு?' அவன் பார்த்துக் கொண்டான்.

'ஸாரி, மாத்திச் சொல்லிட்டேன். ஹிண்டுதான் வேணும்.' ஹேமமாலினி மாதிரி இருக்கிறாள். அவள் உள்ளே சென்றாள். அவள் முதுகுப்புறத்தில் பட்டன்கள் இருந்தன...

'ரமேஷ் இங்கே கொஞ்சம் வாயேன்.'

'என்ன?'

'இந்தப் பட்டனைக் கொஞ்சம் போட்டுவிடேன்...'

'கூச்சப்படாதே. இப்ப யாரும் இல்லை வீட்டிலே...'

அவன் மெதுவாகப் பட்டன்களை மனசில் போடுமுன் அவள் ஹிண்டு பேப்பருடன் வந்துவிட்டாள்.

'மாமா இல்லையா?' என்று கேட்டான்.

'அப்பாவா? ஆபீசிலே இருந்து இன்னும் வரவில்லை. ஏன், உனக்கு அப்பாவைப் பார்க்கணுமா?'

'இல்லை, சும்மாக் கேட்டேன்.'

'நீ ஏதும் கிரிக்கெட் எல்லாம் விளையாடறதில்லையா?'

'இல்லை, புக்ஸ் படிப்பேன்.'

'ஓகோ.'

'இந்த ரேடியோ புதுசா?'

'இல்லையே, ரொம்ப நாளா இருக்கே. பாத்தா புது மாதிரியா தெரியறது?'

மென்று விழுங்கிக்கொண்டு, 'ஸாரி நல்லா இருக்கு' என்று சொல்லிவிட்டான்.

'அப்படியா, தாங்க்ஸ்'. அவள் அவன் போவதற்காகக் காத்திருந்தாள்.

'ஏதாவது வேலை இருக்கா? நான் கடைத் தெருப்பக்கம் போகலாம்னு இருக்கேன்.'

அவள் யோசித்தாள். 'என்கூட வா' என்றாள்.

மாடிப்படியில் ஏறிச் சென்றாள். அவன் அவளைப் பின் தொடர்ந்து சென்றான். எண்ணங்கள் முன்தொடர்ந்தன.

'வா' என்றாள். அறையில் சித்தமான படுக்கை ஒன்று இருந்தது.

'சங்கோஜப்படாதே. உட்கார். நாம ரெண்டு பேரும் சேர்ந்து புஸ்தகம் வாசிக்கலாம்' என்றாள். 'இந்தப் புஸ்தகம் நீ வாசிச்சிருக்கிறாயா?' என்றாள். 'ரொம்பக் குளிருகிறது இல்லை? பக்கத்திலே வந்துவிடு. போத்திக்கலாமா?' என்றாள்.

அறை அசுத்தமாக இருந்தது. கண்டாமுண்டா என்று சாமான்கள் இறைந்து, அலமாரி நிறையப் பழைய புத்தகங்களும், பேப்பர் களும், உடைந்த நடைவண்டி, கிரிக்கெட் பேட், அழுக்குக் கூடை... என்று இருந்தது.

'ரொம்ப நாளா ராமுகிட்ட சொல்லிக்கொண்டே இருக்கிறேன். அவன் சோம்பேறி. ரொம்பப் பழைய பேப்பர் சேர்ந்து போய்டுத்து. இந்தப் பேப்பரை எல்லாம்... சைக்கிள்ளே வந்திருக்கியா?'

'இல்லை, பரவாயில்லை. ஹவர் சைக்கிள் எடுத்துக்கறேன்.'

'சைக்கிள் எடுத்துண்டு இதை எல்லாம் கொண்டுபோய் நம்ம ரசூல் கடையிலே போட்டுவிட்டு வந்துவிடுகிறாயா? நல்ல பையன்.'

'ஓ எஸ். நிச்சயம். ஆனா ஒண்ணு.'

'என்ன?'

'இதைக் கொண்டுபோய் போட்டால் நீ எனக்கு என்ன தரே?'

'என்ன வேணும் உனக்கு?'

'ஏதாவது.'

'ஏதாவதுன்னா? என்ன வேணும் சொல்லு.'

'போய்ட்டு வந்து கேக்கறேன்.'

'வந்தப்புறம் கேளு. தரேன்' என்றாள்.

அவன் அங்கிருந்த செய்தித் தாள் அத்தனையையும் சேர்த்து அணைத்துக்கொண்டான். (ஒரு தடவை தும்மினான். மூக்கில் தூசி புகுந்ததால்) 'பார்த்து... நான் ஹெல்ப் பண்ணவா?' என்று அவள் உதவி செய்ய முயன்றபோது அவள் அவன்மேல் ஒரு தடவை பட்டாள்.

கீழே அவன் இறங்கி வரும்போது அவள் அப்பா வந்திருந்தார். 'யார், ராமுவா பேப்பர் கொண்டு போறான்? என்னாலே நம்ப முடியல்லயே.'

'ராமு இல்லப்பா, ரமேஷ்' என்றாள் அவள்.

'ஓ ரமேஷா? பேப்பர் மூஞ்சியை மறைச்சிருக்கு. தெரியலை.'

'குட் ஈவினிங். என்ன இது, இவனைப் போய் பேப்பர் கொண்டு போடச் சொல்கிறாயா?' என்று மகளைக் கோபித்தார்.

'பரவாயில்லை அங்கிள். எனக்கும் பொழுது போகலை.'

'ஹி இஸ் எ ஸ்வீட் பாய்' என்றார்.

'எனக்கு எல்லாருக்கும் ஹெல்ப் பண்ணுவது பிடிக்கும்.'

'தாங்க்யூ. ஸோ நைஸ் ஆஃப் யூ' என்றார்.

'அப்ப நான் போய்ட்டு வரேன்' என்றான்.

'வா' என்றாள்.

'போய்ட்டு வரேன் அங்கிள்.'

'உனக்கு ஒன்றும் சிரமம் இல்லையே?'

'சேச்சே...' என்றான்.

அவன் சென்றதும், 'சகுந்தலா, யூ ஆர் யூஸிங் தட் பாய். ரொம்ப மோசம்' என்றார்.

'ரொம்ப நல்ல பையன், ஐ திங்க் ஹி இஸ் இன் லவ் வித் மி. போன தடவை லாண்டிரிக்குப் போய் புடவை எல்லாம் இஸ்திரி போட்டுக் கொண்டுவந்தான்.'

ரமேஷ் கனவுப் பெடல் மிதித்தான். சைக்கிளின் பின்னால் நியூஸ் பேப்பர்களுக்குப் பதில் அவள் உட்கார்ந்திருந்தாள். 'லல்லல்லா' என்று பாடிக்கொண்டே மிதித்தான்.

'ரமேஷ், உன்கிட்ட நான் ரொம்ப நாளா ஒண்ணு சொல்லணும்னு நினைச்சிக்கிட்டே இருக்கேன்... அதுக்கு இன்னிக்குத்தான் சந்தர்ப்பம் வந்தது...'

மூன்று

'கமான், கமான். கம் ஆன் இட்ஸ் கெட்டிங் லேட் டியர்.'

'ஷ், சத்தம் போடாதீங்க. இன்னும் ஷோபா தூங்கவில்லை.'

'கொஞ்சம் பிராண்டி குடு. தூங்கிப் போய்விடும்.'

'தூ. என்ன பேச்சு?'

அவர்கள் மெல்லத் திரையைத் திறந்து படுக்கை அறையை எட்டிப் பார்த்தார்கள்.

ஷோபா படுக்கையின்மேல் உட்கார்ந்திருந்தாள்.

'அம்மா, அப்பா ஏன் டிரஸ் பண்ணிட்டிருக்காங்க?'

'சேச்சே... ஒண்ணும் இல்லை. சும்மா... இதோ கழட்டிட வேண்டியதுதானே? அப்பாடா, டையைக் கழட்டியாய்டுச்சு...'

'அம்மா, நீயும் போகப் போறியா?'

'எங்கேம்மா?'

'சினிமாவுக்கு.'

'சேச்சே. யார் சொன்னது? ஒருத்தரும் சினிமாவுக்குப் போகலை. ஹாவ். ரொம்பத் தூக்கமா வரது இல்லே? பார்வதி, தூங்கிட லாமா? ஷோபா கண்ணு, படுத்துக்கடா? கண்ணை மூடிக்கிட்டா உடனே தூக்கம் வந்துடும்?'

ஷோபா, 'எனக்குத் தூக்கம் வரலை' என்றாள் ஸ்பஷ்டமாக.

'எல்லா வீட்டுக் குழந்தைகளும் எட்டு மணிக்கும் ஏழரை மணிக்கும் தூங்கிடுதே? நம்முது மட்டும் இப்படி ராக்கூத்து அடிக்கலாமா?'

'நீங்க முதல்லே இந்த ரூமைவிட்டுப் போங்க.'

'போச்சு, இப்பவே நைன் ஃபார்ட்டி. அட்வர்டைஸ்மெண்ட் படம் எல்லாம் முடிஞ்சிருக்கும்.'

'போனால் போவுது. நீங்க வெளியிலே போங்க.'

'டூ செவண்டி, டூ செவண்டிஃபைவ்.'

'அம்மா, அப்பா என்ன கணக்கு போடறாங்கம்மா?'

'நஷ்டக் கணக்கு. திரைக்கு வெளியே.'

'ஷோபா படுத்துக்கம்மா, நாழி ஆய்டிச்சில்லே?'

'என்னை விட்டுட்டுப் போப்போறீங்களா?' அவள் முகத்தைச் சுளித்துக்கொண்டு, வாயைக் கவிழ்ந்த அரை வட்டமாக ஆக்கிக் கொண்டு, அழுகைக்குப் பிரயத்தனப்பட்டாள்.

'சேச்சே... ஒருத்தரும் எங்கேயும் போகலை. நீ தூங்கிடு.'

'பின்னே ஏன் அப்பா டை எல்லாம் கட்டிட்டிருக்காங்க?'

'இல்லியே, டை கட்டலியே. இதோ பார், அவுத்துட்டேனே!' என்று திரையை விலக்கிக்கொண்டு சொன்னார் அப்பா.

'கோட்டு?'

'இதோ இதையும் அவுத்தாச்சு. படுத்துக்க வேண்டியதுதான்.'

'நீங்க உள்ளே வராதீங்க. போங்க.'

'தூங்கிடுமா அது? தூங்கற ஜாதியா அது? சரியான சைத்தான்.'

அவன் கூண்டுப்புலிபோல் வெளியே நடந்தான். அவள் அந்தப் பெண்ணுக்குக் கதை சொன்னாள்.

'ஒரு ஊர்லே ஒரு காக்காவாம்.'

'சொல்லியாச்சு, சொல்லியாச்சு.'

'இது வேற காக்கா கதை.'

'காக்கா கதை வேண்டாம்.'

'பின்ன என்ன கதை வேண்டும்?'

'சினிமாக் கதை. அன்னிக்கு என்னை ப்ரமிளா வீட்டிலே விட்டுட்டுப் போய்ட்டு வந்தீங்களே, அந்த சினிமாக் கதை.'

'அது நல்லால்லே.'

'அதுதான் வேணும்.'

'ஒரு அப்பாவும் அம்மாவும் தனியா ஒரு போட்டு வெச்சுக்கிட்டு நதிக்கரையிலே இருந்தாங்களாம்...'

'நதின்னா...?'

'நதின்னா... நதின்னா ரிவர்.'

'ரிவர்னா?'

'தண்ணி.'

'தண்ணிக்குள்ளே மீன் இருந்ததா?'

'ஆமாம்.'

'எத்தனை மீன்?'

வெளியே அவன் கிறீச்சென்று சிகரெட் பற்ற வைத்துக்கொண்டு, நடுங்கும் கரங்களுடன் வாயில் பொருத்திக்கொண்டு ஆழ்ந்து இழுத்தான். கடிகாரத்தைப் பார்த்துக்கொண்டான்.

'பச்சை... மீனு... படுத்துண்டே கேளு என்ன? அப்புறம் சிவப்பு மீனு. ஊதா மீனு.'

அவன் தன் பூட்ஸைக் கையில் தொங்கவிட்டுக்கொண்டு ஸ்டாக்கிங்ஸ் கால்களுடன் பைய நடந்து ஷெட் கதவை சப்தமே இல்லாமல் திறந்து, மார்பில் படபடக்க, காரை ஸ்டார்ட் செய்து, மிக மெதுவாக வீட்டு வாசலில் கொண்டு நிறுத்த, அவள் சப்தமே இல்லாமல் கதவை மூடி, வெளியே வந்து, பூட்டும்போதுகூட சன்னமாகப் பூட்டி, மெதுவாக நடந்து, அவனருகில் வந்து உட்கார்ந்தாள்.

அவர்கள் இருவரும் படுக்கை அறையின் மூடிய ஜன்னல் மூலம் வரும் விளக்கொளியைச் சற்று நேரம் கவனித்தார்கள்...

'தூங்கிட்டா, இனிமே எழுந்திருக்க மாட்டா.'

'அதான் பன்னிரண்டு மணிக்கு வந்துடுவமே. கால் பாகம் படம் முடிஞ்சிருக்கும்.' கார் கிளம்பியது.

'போனால் போவுது போங்க. எனக்கு இந்த மாதிரி விட்டுட்டுப் போறதுக்கு இஷ்டமே இல்லே.'

'வா, பக்கத்திலே வந்து உட்காரு.'

'மெள்ளப் போங்க. இவ்வளவு வேகம் வேண்டாம்.'

'மெள்ளப் போனா படம் முடிஞ்சுடும்.'

நான்கு

அன்புள்ள வாசகருக்கு, சென்ற மூன்று பகுதிகளில் நாம் பார்த்த வேறுபட்ட பாத்திரங்களிடையே ஒரே ஒரு சம்பந்தம் இருக்கிறது. அது இது: (ஆதாரம்-தினமணி நாளிதழ் 28.12.73)

சென்னை, டிச.27- சென்ற வாரம் நகரத்தில் வெவ்வேறு இடங்களில் நிகழ்ந்த போக்குவரத்து விபத்துகளில், மூன்றில் உயிர்ச் சேதம் ஏற்பட்டது என்று போலீஸ் கமிஷனர் திரு.கே.ஆர். ஷெனாய் பத்திரிகை நிருபர்களிடம் தெரிவித்தார். ஒரு பள்ளிச் சிறுமியும், ஒரு சைக்கிள்காரரும், காரில் சென்று கொண்டிருந்த கணவன் மனைவியும் மரணமடைந்திருக்கிறார்கள் என்று தெரிவித்தார்.

ஐந்து

இனி கதையை மறுபடி படியுங்கள்.

கள்ளுண்ணாமை

ராம்கோபால் அந்த வெங்கடேசப் பெருமானின் படத்தைப் பார்த்துக்கொண்டிருந்தான். சமீபத்திய பூஜையின் விளைவாக அதற்குப் புதிய மாலை அணிவிக்கப்பட்டிருந்தது. ஊதுவத்திப் புகை மெலியதாக நெளிந்துகொண்டிருந்தது. சாகசமாக அமைக்கப்பட்ட பல்புகள் படத்துக்குள் பிரமித்துக் கொண்டிருந்தன.

'என்ன வேணும்?' என்றார் கடைக்காரர்.

'அந்தப் படம் எங்கே வாங்கினீங்க?'

'அது முதலாளிக்குத்தான் தெரியும். உங்களுக்கு என்ன வேணும்?'

'விஸ்கி' என்றான்.

'என்ன விஸ்கி? டிப்ளமாட், ப்ளாக் நைட், ரெட் நைட், ஓல்ட் டாவர்ன்.'

ராம்கோபாலுக்கு இந்தப் பெயர்கள் எல்லாம் புதிதாக இருந்தன.

'எதிலே நல்ல... எது ஸ்ட்ராங்கா இருக்கும்?'

'எல்லாம் ஒரே ஸ்ட்ராங்குன்னுதான் நினைக்கிறேன், நான் குடிச்சதில்லை சார்.'

'மறுபடி சொல்லுங்க பேரை' என்றான்.

அவர் சாரதா கபே சர்வர் போல் பட்டியலிட்டார், வெளியே பார்த்துக்கொண்டு.

'ரெட் நைட் கொடுங்க. லெட் தி நைட் பி ரெட்.'

'என்.ஐ.ஜி.எச்.டி. இல்லை, கே.என்.ஐ.ஜி.எச்.டி.'

'நீங்க படிச்சவரோ?'

'விஸ்கி விக்கிறேனே, தெரியலையா?'

'தமாஷாப் பேசறீங்க. பில்லைப் போடுங்க.'

'க்வார்ட்டர் பாட்டிலா?'

'ரெண்டு பேர் சாப்பிடணும்.'

'நீங்க எத்தனை பேர் வேணும்னாலும் சாப்பிடுங்க சார். க்வார்ட்டர் பாட்டிலா, அரை பாட்டிலா?'

'அரை பாட்டில் கொடுங்க. உங்க பேர் என்ன?'

'அமிர்தராஜ். 'அமுதத்தரசன்'னு பத்திரிகைகள்ளே துணுக்கு எழுதுவேன்.'

'விஸ்கி விக்காதபோது துணுக்குகள் எழுதுவீங்களா? காகிதப் பை வேண்டாம். பை கொண்டு வந்திருக்கேன். ஆமா, அமிர்தராஜ், உங்ககிட்டே ஒண்ணே ஒண்ணு கேக்கலாமா?'

'விஸ்கி சாப்பிடறதைப் பத்தி மேற்கொண்டு கேக்காதீங்க. எனக்குத் தெரியாது. விலை தெரியும், அவ்வளவுதான்.'

'சரி வரேன், தாங்க்ஸ்.'

'சில்லரை வாங்கிக்கங்க.'

'அலுமினியப் பத்துப் பைசாவா மூணு கொடுங்க, டெலிபோன் பண்ணணும்.'

அந்தப் பப்ளிக் கால் ஆபீசில் நாணயங்களைப் போட்டுவிட்டு அதைக் கன்னத்தில் அறைந்ததில் அவனுக்குக் கனெக்‌ஷன் கிடைத்தது.

'ஹலோ, ரூம் நம்பர் 36-லே புஷ்பான்னு ஒரு பொண்ணு இருக்குது. அதைக் கொஞ்சம் கூப்பிடறீங்களா?'

'நீங்க எங்கேருந்து பேசறீங்க?'

'வாயிலேருந்து, கூப்பிடுய்யா.'

'நீங்க யாரு?'

'புஷ்பாவுக்கு அப்பா.'

'கொஞ்சம் இருங்க சார்.'

சற்று நேரம் கந்தலாக இருந்த டைரக்டரியைப் புரட்டினான். 'புஷ்பாவுக்கு அப்பா,' 'புஷ்பாப்பா' என்று வார்த்தைகள் அமைத்துக்கொண்டிருந்தான்.

'ஹலோ அப்பா.'

'புஷ்பா, என் மகளே.'

'இடியட், உன் குரலிலிருந்து தெரிந்துவிட்டது. எதற்காக போன் செய்யவேண்டும், என்ன விஷயம்?'

'இன்று மாலை என் ரூமுக்கு நீ வரவேண்டும். ராத்திரி என்னுடன்தான் சாப்பாடு. டாக்ஸி கொண்டு வருகிறேன்.'

'வெய்ட்டமினிட். இன்று மாலை எனக்கு என்ன என்கேஜ் மெண்ட் என்று பார்க்கவேண்டும். ம்... சுசீத்ரா ஆர்ட் காலரி யில்...'

'-க் யுர் ஆர்ட். இப்போது மணி ஐந்து. ஐந்தரைக்கு நான் அங்கு வருகிறேன். யூ ஆர் கமிங் வித் மி.'

'பிக்சர் போகப் போகிறோமா?'

'இல்லை. என் ரூமில் பேசிக்கொண்டிருக்கப் போகிறோம்.'

'அப்படியா. நீ கூப்பிட்டால் உடனே நான் வந்துவிடுவேன் என்று நினைக்கிறாயா?'

'நீ வரப் போகிறாய், அவ்வளவுதான். மேலே பேச்சு இல்லை.'

'என்ன ராம்ஜி, கொஞ்சம் அக்ரஸ்ஸிவாக இருக்கிறாய். யாராவது உபதேசம் பண்ணினார்களா? இந்த மாதிரி அதட்டலாக இருந்தால் பெண்கள் கூப்பிட்ட குரலுக்கு சூ... காட்டி ... என்று வருவார்கள் என்று? ஹௌ ஸில்லி மை டியர் சத்ருக்கன் சின்ஹா!'

'புஷ்பா, ப்ளீஸ்.'

'அப்படி வா வழிக்கு. தட்ஸ் மோர் லைக் இட். மறுபடி சொல்லு ப்ளீஸ்.'

'ப்ளீஸ்.'

'நான் கெஞ்சிக் கேட்கிறேன்.'

'நான் கெஞ்சிக் கேட்கிறேன்.'

'என் அறைக்கு விஜயம் செய்வாயா?'

'வாயா?'

'வேன்.'

அவள் சிரிப்புடன் அந்த சம்பாஷணை வெட்டுப்பட்டது. ராம்கோபாலின் நரம்புகள் துடிக்க ஆரம்பித்தன. இன்றிரவு இன்றிரவு, ஐல் ஸெட்யூஸ் ஹர்.

ராம்கோபால் ஒரு அதைரியன்; அவன் துணிச்சல் எல்லாம் ப்ளூஃபிலிம் ஒன்றுக்கு வாட்சை விற்று டிக்கெட் வாங்கி, அங்கே தெரிந்தவர்களைப் பார்த்துவிட்டுத் தலையில் முண்டாசு கட்டிக் கொண்டு பதுங்கி உட்கார்ந்து, ஃப்ரேமுக்கு ஃப்ரேம் எம்பிக் குதிக்கும் அந்தப் படத்தின் வெளிச்சம் போதாத சேர்க்கையில் உள்ளம் வெம்பித் துவண்டு, திரும்பி வந்து வழவழவென்று சவரம் செய்துகொண்டவன்.

இந்த புஷ்பா என்கிற பெண் ஒரு விதத்தில் அவனிடம் சுலப மாகப் பேசும் சினேகிதி. ஆள் ஒன்றும் அப்படி வாட்ட சாட்டமோ, வெளுப்போ இல்லை. இந்த மாதிரி அழகற்ற ஒல்லியான பெண்களுக்கென்றே ஒரு தைரியம் இருக்கும். சுலபத்தில் பேசிச் சிரித்து மற்றொரு குறையை ஒப்பேற்றும் பயாலாஜிகல் சாகசம். இந்தப் பெண் பேச ஆரம்பித்தால் ஸ்டிண்ட்பர்க் (இல்லை ஸ்ட்ரிண்ட்பர்கா?) அது இது என்றுதான் பேசும். நல்ல இங்கிலீஷ். காப்பி ஆறிப் போவதைக் கவனிக் காமல் கண்டோனியோனி, அவன் தம்பி யோனி என்று இன்ட லெக்சுவல் லாடிடா. ராம்கோபால் கொஞ்ச நாள் பொறுத்துப் பார்த்தான். அப்புறம் அந்தப் பெண்ணைக் கண்டாலே சரேல் என்று கிட்டத்துச் சந்துகளில் மறைய ஆரம்பித்தான். அவள் சினேகிதத்தில் ஒரு தடவையாவது அவன் அவளை விஸ்கிக்கு

அழைத்து இந்தச் சூழ்நிலையில் சிந்தித்தே பார்த்ததில்லை. அதற்கெல்லாம் காரணம் அவன் நண்பன் ஆத்மாதான்.

'அவளுக்கு எத்தனை வயசிருக்கும்.'

'கண்ணாடியை எடுத்துவிட்டால் இருபத்திரண்டு வயசிருக்கும். இண்டலெக்சுவல். ப்ரெக்ட் அண்ட் ஆல் தட்.'

'ராம்ஜி, எ கர்ல் இஸ் எ கர்ல் இஸ் எ கர்ல்.'

'புரியவில்லை.'

'யூஸ் ஹர் மை டியர் பாய். இந்த மாதிரிதான் ட்ரிவான்ட்ரத்தில் இருந்து ஒரு பெண். பெயர் என்னவோ விலாஸினி, பத்மாஸினி ஆர் ஸம் ப்ளடி ஸினி. அவளைப் பார்த்துப் பேச்சுவாக்கில் அவள் இந்த மாதிரி ஹைப்ரோ டைப் என்று கண்டுகொண்டேன். இன்று இரவு என்ன செய்யப் போகிறாய் என்றேன். 'கோப்ராலஜியைப் பற்றி என் தீஸிஸை முடிக்கப் போகிறேன்' என்றாள். 'கோப்ராலஜி?' I dig it என்றேன். தி ரெலவன்ஸ் ஆஃப் தி லாரன்ஸியன் ஈதாஸ் என்று தன் சங்கிலியைக் கடித்துக் கொண்டே பேசிக் கொண்டே போனாள். பேச விட்டேன். என் அறைக்கு அழைத்துக் கொண்டுபோய் என் பென்சில் சித்திரங்களைக் காட்டுகிறேன் என்று சொன்னேன். வந்தாள். நாற்பத்து ஐந்து நிமிஷம் ஆயிற்று அவளை வழிக்குக் கொண்டுவர. அறை இருட்டாக இருந்தது. எதிர்க் கட்டடத்தின் உச்சியில் இருந்து கோக்கா கோலா விளம்பர நியான் அணைந்து அணைந்து எரிந்தபோது அவள் உடலைச் சிவப்பு வெள்ளத்தில் பார்த்த போது இட் வாஸ் எக்ஸைட்டிங். அப்போதுகூட அவள் ஏதோ ஒரு ஈதாஸைப் பற்றித்தான் பேசிக் கொண்டிருந்தாள்.'

ராம்ஜி நகத்தைக் கடித்துக்கொண்டான்.

'கடிக்காதே. நேராகப் போ. விஸ்கி வாங்கி வைத்துக்கொள். சுத்தமாகக் குளி. நல்ல ஹேர் ஆயில் வாங்கிக் கொள். தலை சீவு. அவளைக் கூப்பிடு. கொஞ்சம் கொடு. நிறையப் பேசு. ஆனால், பேசிக்கொண்டே இருக்காதே. கொடுத்துக் கொண்டே இரு. மெதுவாக, சாமர்த்தியமாக லைட் ஸ்விட்சை...'

சரியாக ஐந்தரை மணிக்கு ராம்ஜி அந்த ஹாஸ்டல் வாசலில் டாக்ஸியை நிறுத்தி உள்ளே சென்றான். புஷ்பா வரவேற்பறையில் காத்திருந்தாள்.

'ஹலோ... ராம்ஜி, யூ லுக் க்ளீன்.'

'குளித்தேன்' என்றான்.

'அப்படியா. ஹைலி எக்ஸைட்டிங். என்ன அவசரமாகக் கூப்பிட்டாய்?'

'உன்னுடன் பேசவேண்டும்.'

'ஆ... கமான்.'

'எனக்கு என்னவோ தோன்றியது. உன்னுடன் பேசி ரொம்ப நாளாகிவிட்டது. நான் தனியான ஆசாமி. தெரியும் அல்லவா? நீ பேசிக் கேட்கவேண்டும்போல் இருந்தது.

'என் ஆட்டோகிராஃப் வேண்டுமா?'

'குட் ஜோக். டாக்ஸி காத்திருக்கிறது.'

'ஏதேது டாக்ஸி; வழவழவென்று தேங்காய் வழுவல் மாதிரி வாரிக் கொண்டிருக்கிறாய். நீ ஏதோ விஷமத்துக்கு ஆரம்பிக் கிறாய் என நினைக்கிறேன், ராம்ஜி.'

'இல்லை புஷ்பா, ஐ நீட் ஃப்ரெண்ட்ஷிப். உன்னிடம் பேசுவதில் எனக்குத் திருப்தி. ஒரு விதமான...'

'ஐ அண்டர்ஸ்டாண்ட், போகலாமா?'

டாக்ஸியில் அவன் முன் சீட்டில்தான் உட்கார்ந்தான். திடீரென்று அவனுக்கு உதயமாகியது. வெறும் விஸ்கியை மட்டும் வாங்கி அலமாரியில் மையமாக நிறுத்தி வைத்திருக்கிறான். சோடா இல்லை. ஐஸ் இல்லை. அறையில் நுழைந்தவுடன் பளிச்சென்று பாட்டில்தான் கண்ணில் படும். சே, அதற்கெல்லாம் ஆத்மாதான் சரி.

அவன் அறை இரண்டாவது மாடியில் இருந்தது. 'வீணா வித்யா'வையும், நாள் பூரா ரம்மி ஆடும் ரெக்ரியேஷன் கிளப்பையும் தாண்டி அந்த ஆஸ்பெஸ்ட்டாஸ் அறைக்குச் செல்லவேண்டும். ஜஸ்ட் ஏ மினிட். சாவி வாங்கிக்கொண்டு வருகிறேன்' என்று அவளை வாசலில் நிறுத்திவிட்டு, விறுவிறு என்று மாடிக்குச் சென்று தன் அறையைத் திறந்து, விஸ்கி பாட்டிலைப் புஸ்தகங்களுக்குப் பின் மறைத்துவிட்டு,

படுக்கையில் கிடந்த வேஷ்டியைப் படுக்கைக்கு அடியில் மறைத்துவிட்டுத் திரும்ப ஓடிவந்து, 'வா' என்றான்.

அவள் தயங்கித் தயங்கி அவன் பின் சென்றாள்.

'ரூம் திறந்திருக்கிறதே?' என்றாள்.

'திறந்து வைத்துவிட்டு வந்தேன். கம் இன்' என்றான். 'இதுதான் என் டென்.'

'எக்ஸைட்டிங்' என்றாள். நாற்காலி விளிம்பில் உட்கார்ந்தாள். அவன், 'மேக் யுர்ஸெல்ஃப் கம்ஃபர்டபிள்' என்று சொல்லிவிட்டு ஓரிரண்டு ஊதுவத்திகளைப் பற்ற வைத்து அதை ஆட்டி அணைத்துப் பொருத்தினான். (வெறியூட்டும் வாசனை.)

'இந்த ஊதுவத்தி அவசியமா? ஐம் அலர்ஜிக் டு ஆல் தீஸ். ஸாரி' என்றாள்.

அணைத்தான். எதிரில் உட்கார்ந்தான். அவளைப் பார்த்துச் சிரித்தான்.

'நௌ?' என்றான்.

'என்ன?' என்றாள். 'பேசு. எதற்காக என்னைக் கூப்பிட்டாய்?'

'ஜஸ்ட் லைக் தட் உன்னுடன் பேசுவதற்கு, உன் இனிய குரலைக் கேட்டுக் கொண்டிருப்பதற்கு.' (நிறைய ஸோப் உபயோகி - ஆத்மா) 'யூ ஸீ புஷ்பா. நான் ஒரு தனி மனிதன். சிநேகிதம் தேடும் தனி மனிதன். சென்ற தினங்களில் அடிக்கடி உன்னைப் பற்றி நினைத்துக்கொண்டேன். உன்னிடமிருந்து தெரிந்துகொள்ள வேண்டியது நிறைய இருக்கிறது. ஐ சார்ட் ஆஃப் லைக் யூ. அவ்வளவுதான்.'

'தாங்க்ஸ்' என்றாள் அவள் உண்மையாக. அவன் அலமாரியிலிருந்த புத்தகங்களை ஆராய்ந்தாள். 'ஜேம்ஸ் பாண்ட், ஜேம்ஸ் ஹாட்லி சேஸ். நிறையக் குப்பை... ஒரு புத்தகத்தை உருவ, மற்ற புத்தகங்கள் சாய்ந்து அரைபாட்டில் விஸ்கி ஸ்பஷ்டமாகத் தெரிந்தது.

'ஹல்லோ... இது என்ன இது விஸ்கி... ராம்ஜி, நீ குடிப்பாயா?'

'எப்போதாவது என் தனிமையை மறப்பதற்கு. நீ?'

'சே, நான் தொட்டதில்லை அதை.'

'ஹௌ எபவுட் நௌ?'

'நோ' என்றாள் அதிர்ந்து.

'எப்போதாவது ஆரம்பிக்க வேண்டாமா? ரொம்ப ப்ளெஸண்ட்டாக இருக்கும்.'

'சேச்சே, எனக்கு வேண்டாம். நீ சாப்பிடு. எனக்கு ஆட்சேபணை இல்லை.'

'கம் ஆன். பி ஏ ஸ்போர்ட். ஒரு விரல்கடை சாப்பிட்டுப் பார். ஜலதோஷத்துக்கு நல்லது.'

'இல்லை ராம்ஜி. மன்னித்துக் கொள். எனக்குப் பழக்கமில்லை. எனக்கு இதை ருசித்துப் பார்க்க அவசியமும் இல்லை.'

'நோ. ஐல் கோ, கெட் ஸம் ஸோடா.'

'நான் மாட்டேன். நான் மாட்டேன். இப்போது அவள் குரலில் சற்று எதிர்ப்பு கம்மியாக இருந்தது.

'ஜஸ்ட் யூ வெய்ட். மை கேர்ள்', என்று உடனே வினாயக ராவ் கடைக்கு இறங்கி அட்வான்ஸாக இரண்டு ரூபாய் கொடுத்து நாலு சோடா பாட்டில்களும், திறக்கும் சாவியும் வாங்கிக் கொண்டு பையில் அதன் கண்ணாடிச் சிரிப்பு ஒலிக்க ஓடி வந்தான். ஈஸி பாய்... ஈஸி பாய்...

வந்து ஸ்டூலில் நெருக்கமாக அவற்றை வைத்தான்.

'இத்தனை சோடாவா வேண்டும்?' என்றாள்.

'புதிதல்லவா? நீ கொஞ்சம் டைல்யூட் பண்ணிக்கொண்டு சாப்பிட வேண்டும். அடடா. கிளாஸ் இல்லையே.'

கிளாஸுக்காக மறுபடி ஓடி, மறுபடி மாடி ஏறி வந்த அவன் கார்ட்டூன் போலச் சிரித்தான்.

'நீ சின்னப் பையன் போல நடந்துகொள்கிறாய். இரண்டு கிளாஸ் எதற்கு? நான் சாப்பிடப் போவதில்லை.'

'பார்க்கலாமே?'

அறைக்கதவை மூடிக்கொண்டான். அவள் 'சித்ராலயா'வைப் புரட்டிக் கொண்டிருந்தாள். அவன் விஸ்கி பாட்டிலைத் திறந்து ஒரு கிளாஸில் கால் பாகம் போல் ஊற்றிக்கொண்டு அவள் கிளாஸுக்கு வரும்போது 'ஸே வென்' என்றான்.

'வென்' என்றாள்.

'அப்படி இல்லை. இது போதுமா?'

'நான் சாப்பிடப் போவதில்லை.'

'கம் ஆன், டோன்ட் பி ஸில்லி.' அவள் கிளாஸில் சற்று அதிகமாகவே ஊற்றினான். 'சோடா?' என்றான்.

'இதைச் சாப்பிட்டால் என்ன ஆகும்?'

'சாப்பிட்டுத்தான் பாரேன்.'

'ராம்ஜி, நான் மயங்கி விழுந்து விட்டால்?'

'அப்படி ஒன்றும் ஆகாது?'

'ராம்ஜி அப்படி நான் மயங்கிவிட்டால் என்னை ஒன்றும் செய்யமாட்டாயே?'

'சேச்சே.'

'ராம்ஜி ப்ராமிஸ்.'

'ப்ராமிஸ்' என்று அவள் கையில் அடித்துச் சொன்னான். அவள் கழுத்தைப் பார்த்தான். 'ராம்ஜி, என்னை அப்படிப் பார்க்காதே.'

'புஷ்பா, என்னிடம் உனக்குப் பயமா?'

'இல்லை.'

'கமான் லெட்ஸ் ட்ரிங்க்.'

'இதை எப்படிச் சாப்பிட வேண்டும்?'

'மடக்கென்று குடித்தால் நல்ல கிக் இருக்கும்.'

'உனக்கு நல்ல பழக்கமா ராம்ஜி?'

'சுமாராகப் பழக்கம்.'

'நான் மயங்கிவிட மாட்டேனே?'

'சேச்சே. சீர்ஸ்.'

'சீர்ஸ்.'

'எப்படி இருக்கிறது?'

'கசப்பாக. ஆனால் மயக்கம் வரவில்லையே?'

'ஸில்லி கேர்ள். உடனே வேலை செய்யாது. இதோ பார். இப்படி மடக் என்று குடித்தால் உடனே வேலை செய்யும். கமான் பாட்டம்ஸ் அப்.'

●

'ராம்ஜி ஐ ஃபீல் ஃபன்னி.'

●

'ராம்ஜி நான் சற்றுப் படுத்துக் கொள்ளட்டுமா?'

'ரிலாக்ஸ் பேபி ரிலாக்ஸ்.'

'ஓ... ஐ பீஃல் வெரி ஃபன்னி.'

'படுத்துக்கொள்.'

அவள் அப்படியே மல்லாந்தாள்.

'இன்னும் கொஞ்சம்...'

'ம்ஹூம். வேண்டாம், வேண்டாம், போதும். சுற்றுகிறது. நிறைய பாக்கி வைத்துவிட்டேன்.'

படுத்திருந்த அவள் உடலைப் பார்வையால் வருடினான் ராம் கோபால்.

'திஷ் இஷ் ஷூபர்ப்' என்றான். 'விழக்கை... விழக்கை அணைச் சுடட்டுமா?'

ராம்கோபால் விளக்கின் ஸ்விட்சை நாடிச் சுவருக்குச் சென்ற போது அந்த ஸ்விட்ச் அவனுடன் விளையாடியது. அதை

அடைய அடைய, அது பெண்டுலம் போல் இங்கும் அங்கும் டிங்டாங் என்று ஆடியது.

'வேழ் இஷ் த ப்ளடி ஷ்விஷ்ச்?' என்றான்.

உட்கார்ந்திருந்தவன் நின்றதால் ராம்கோபாலின் புவி ஈர்ப்புத் தனத்தில் ஏதோ கலக்கம் ஏற்பட்டு அவன் தள்ளாட, அதே சமயம் அவன் வயிற்றில் பிரளயம் ஏற்பட்டு குபுக் என்று ஏதோ ஒரு இத்தாலிய தேசத்து ஃபௌண்டன்போல வாரி வழங்கினான்.

●

கீழே கிடந்த அவனைச் சிரமப்பட்டுப் படுக்கையில் சீராகப் படுக்க வைத்துவிட்டு, அவன் ஷூவைக் கழற்றி, அவன் பட்டன்களைத் தளர்த்திவிட்டு, வெளியே வைத்திருந்த ஒரு வாளித் தண்ணீரை ஊற்றி அறையை அலம்பிவிட்டு, ஃபேனைப் போட்டுவிட்டுச் சென்றாள் புஷ்பா.

X

தலைப்பு என்ன?

சிட்டி ரெயில்வே ஸ்டேஷனிலிருந்து மெஜஸ்டிக் சர்க்கிள்வரை போகாதீர்கள். இடது பக்கம் திரும்பி அடுத்த சர்க்கிளில் பாதை சரியுங்கள். சரிந்து அண்டர் ப்ரிட்ஜ் தாண்டி ஒரு மூலையில் இருக்கிறது அந்த ஓட்டல். அதன் மூஞ்சியைப் பார்த்தாலே அது சற்று நிழலான இடம் என்று தெரிந்துகொள்ளலாம்.

பெங்களூருக்கு வருகிறவர்களில் சிலர் ஒரு ரகம். வந்து சேர்ந்ததும் பேண்ட்டைக்கூடக் கழற்றி மாட்டாமல் யு.பி. எக்ஸ்போர்ட் லாகர் பீர் ஒரு பாட்டிலும் உருளைக்கிழங்கு வறுவலும் ஆர்டர் செய்கிற பழகிப் போன ஆசாமிகள். சாராயம் உள்ளே சென்றதும் அவரவர் அவரவர் தகுதிக்கேற்ப விளையாடு வார்கள். சிலர் மேலும் சாராயம் உட்கொள்வார்கள். சிலர் நிறுத்தி விட்டுத் தெருத் தெருவாகக் கனகாம்பரங்களையும் மல்லிகைச் சரங்களையும் தேடி அலைவார்கள். அந்த மாதிரி அவர்கள் தேடும் ஓர் இடமான இந்த ஓட்டல் இன்னும் நம் கவனத்தில் இருக்கிற தல்லவா?

அது ஒரு இரண்டு மாடிக் கட்டடம். வாசலில் டூரிஸ்ட் விளம்பரம் (தினசரி ப்ளெஷர் ட்ரிப் மதராஸுக்கு), 'பார் அட்டாச்ட்' என்கிற பலகை, ப வடிவத்தில் கட்டடம். ரூம், ரூம்கள்.

நேரம் இரவு 10.45. அந்த ஓட்டலின் கிராதி கேட் ('கொலாப்ஸி பிள்' என்று ஆங்கிலத்தில் சொல்வார்கள்) ஏறக்குறைய மூடி ஒரு ஆள் உள்ளே செல்வதற்கு மட்டும் இடைவெளி விட்டிருக்கிறது. அந்த கேட் அருகில் ஒரு ஆள் ஸ்டூல் போட்டு உட்கார்ந்திருக் கிறான். உள்ளே ரிசப்ஷன் என்கிற பகுதியில் ஒரு கன்னட

இளைஞன் டெலிபோன் அருகில் ஒரு கொட்டாவியை மென்று கொண்டிருக்கிறான். அவன் எதிரே பலகையில் நீண்ட சதுர கார்டுகள் ஓட்டலின் இன்றைய ஆரோக்கியத்தை அறிவித்துக் கொண்டிருக்கின்றன. எதிரே ஓட்டலின் ஸ்தாபகர் மைசூர் முதல்வருடன் எடுத்துக்கொண்ட போட்டோவில் கேமராவைப் பார்த்துச் சிரித்துக்கொண்டிருக்கிறார். உள்ளே சில கார்கள் நின்றுகொண்டிருக்கின்றன. ஒரு ஃபௌண்டன் ஜல அழுத்தம் இல்லாத குறையைக் கண்ணீராகச் சிந்திக்கொண்டிருக்கிறது.

ஓட்டலுக்கு வெளியே வரவும். எதிரே வெற்றிலை பாக்குக் கடையில் இரண்டு பேர் நின்றுகொண்டிருக்கிறார்கள். சஸ்பென்ஸ் வேண்டாம். அந்த இருவரும் போலீஸைச் சேர்ந்த வர்கள். ஒருவர் சப்-இன்ஸ்பெக்டர்; மற்றவர் கான்ஸ்டபிள். இருவரும் மஃப்டியில் இருந்தார்கள். அந்த இருவரில் சிகரெட் பிடித்துக்கொண்டிருந்தவர் சப்-இன்ஸ்பெக்டர். சிகரெட் பிடிக்கும் ஆசையுடன் வெறும் காற்றை உறிஞ்சிக் கொண்டு இருந்தவர் கான்ஸ்டபிள். வெ.பா. கடை மூடி இருந்ததால் அதன் நிழல் இருட்டு அவர்கள் வேவு பார்க்க சௌகரியமாக இருந்தது. அவர்கள் இருவரும் அந்த ஓட்டலையே பார்த்துக்கொண்டு இருந்தார்கள். எதையோ எதிர்பார்த்துக்கொண்டிருந்தார்கள். இருட்டில் அவர்கள் இருவர் முகமும் தெரியவில்லை. தெரிந்திருந்தால் அவர்களை ஒரு பாரா வர்ணித்திருக்கலாம்.

சிகரெட்டுகள் மட்டும் இழுபட இழுபட, காரின் பிரேக் லைட் போலச் சிவப்பு வெளிச்சம் அதிகமாகிக் குறைந்து கொண்டிருந்தது. அவர்கள் நின்ற இடத்திலிருந்து அந்த ஓட்டலின் ரிசப்ஷன், மாடிப்படி, முதல்மாடி, இரண்டாவது மாடிகளின் துணையான அறைகளின் மூடின கதவுகள் யாவும் தெரிந்தன. கண்காணிக்க நல்ல இடம்.

பல நாட்களாக அந்த ஓட்டலை மடக்கவேண்டும் என்றுதான் இருந்தார்கள். அந்த இடத்தில் நடக்கிற சில காரியங்களைப் பற்றி போலீஸில் புகார் வந்திருக்கிறது. அந்த ஓட்டலுக்கு எதிரே சற்றுத் தள்ளி ஒரு ஆஸ்திக சங்கா இருக்கிறது. அங்கே நடக்கும் வெள்ளிக்கிழமை நாம சங்கீர்த்தன பஜனையிலிருந்து வெளியே மொட்டை மாடியில் வந்து நின்ற புட்டுராவ் என்பவர் எதிரே பார்க்க, எதிரே ஓட்டல் ஜன்னலில் கிஞ்சித் உடையில் ஒரு பெண் தெரிந்தாளாம். புட்டுராவ் மூக்குக் கண்ணாடியைத் தேய்த்துப் போட்டுக்கொண்டு பார்த்ததில் அப்பெண் தன்னைப் பார்த்து

நாக்கை நீட்டிக் கண்ணை மூடிக் காட்டினாளாம் (வலது கண்). புட்டுராவ் மிகவும் கோபமுற்று நேராக அவளைப் போய்ப் பார்க்காமல் டெக்கான் ஹெரால்டில் 'டிக்ளைனிங் மாரல் வேல்யூஸ் ஆஃப் தி சிட்டி' என்கிற தலைப்பில் ஒரு கடிதம் பிரசுரித்து, ஆஸ்திக சங்காவின் நூறு சந்தா கொடுக்கும் மெம்பர்கள் ஒரு மகஜர் எழுதி எம்.எல்.ஏ.வுக்கு அனுப்ப, அதன் காப்பி ஐ.ஜி.க்குப் போக விளைவு சப்-இன்ஸ்பெக்டரும் கான்ஸ்டபிளும் மஃப்டியில் ராத்திரியில் காத்துக்கொண்டு நிற்கிறார்கள்.

அப்போது ஒரு பெண் நடந்து வந்தாள். வந்து ஓட்டல் வாசலில் சற்று நேரம் நின்றாள்.

சப்-இன்ஸ்பெக்டரும் கான்ஸ்டபிளும் இன்னும் நிழலில் பதுங்கிக்கொண்டார்கள்.

அந்தப் பெண் நல்ல நிறமாக இருந்தாள். தலையை அலட்சியமாகப் பறக்கவிட்டு ஒரு ரிப்பன் பட்டை கட்டியிருந்தாள். சற்று அதிகமாகவே பவுடர் அணிந்திருப்பது இங்கிருந்துகூடத் தெரிந்தது.

'சார் நிச்சயம் அது...'

'ஷ்' என்றார் சப்-இன்ஸ்பெக்டர்.

அந்தப் பெண் சற்று நேரம் சாலையின் ஒரு திக்கில் பார்த்துக் கொண்டிருந்துவிட்டு ஓட்டல் வாசல் பக்க கேட்டில் இருப்பவனை நோக்கி நடந்து கிராதி கேட்டுக்குள் வாட்டமாக நுழைய அவள் மார்பு அனுமதிக்காமல் கேட்டைச் சற்று நகர்த்திக் கொண்டு உள்ளே சென்றாள். தூங்கிக்கொண்டிருந்த ரிசப்ஷன் ஆசாமியைக் கடந்து மாடிப் படியின் அருகில் போய் நின்றாள். இயல்பாக யாருக்கோ காத்திருப்பதுபோல் நின்றாள்.

யாருக்காகக் காத்திருந்தாள் என்பது உடனே தெரிந்துவிட்டது. ஓர் இளைஞன் அவசர அவசரமாக வந்தான். நேராக உள்ளே நடந்தான். கிராதி கேட் ஆசாமியிடம் ஏதோ கேட்டான். அவன் ரிசப்ஷன் ஆசாமியைக் காட்ட, இளைஞன் ரிசப்ஷனுக்குச் சென்று அவனை எழுப்பினான். எழுப்பப்பட்டவன் தன் மேஜையின் இழுப்பறையைத் திறந்து ஒரு சாவியை எடுத்து இளைஞனிடம் கொடுக்க...

இதெல்லாம் தன் அருகில் நடக்கவே இல்லை என்கிற ரீதியில் அந்தப் பெண் மேலே மாட்டியிருந்த போட்டோவை அசுவாரசிய மாகப் பார்த்துக்கொண்டிருந்தாள். அந்த இளைஞன் மாடிப் படியை அடைந்ததும் அவனுடன் மெஷின் போலத் தொடர்ந்தாள்.

எதிரே இருந்து பார்த்துக்கொண்டிருந்த போலீஸ்காரர்களின் பார்வையிலிருந்து சற்று நேரம் மறைந்து முதல் மாடியில் வெளிப்பட்டபோது மறுபடி அவர்கள் தெரிந்தார்கள். மௌன மாக நடந்தார்கள். இடது கோடி அறையை இளைஞன் திறக்க, உடனே அவள் உள்ளே சென்றாள். இளைஞன் உட்சென்று கதவை மூடிக்கொண்டான்.

தெளிவான அந்த இரவில் அந்தக் கதவு உட்புறம் தாளிடப் படுவது ஸ்பஷ்டமாக இவர்களுக்குக் கேட்டது.

'சார், போகலாமா?' என்றார் கான்ஸ்டபிள்.

'இரு, விளக்கு அணையட்டும்' என்றார் சப்-இன்ஸ்பெக்டர்.

'ரொம்ப மோசம் சார்.'

'என்னது?'

'இதுதான்' என்று எதிரே காட்டினார்.

சப்-இன்ஸ்பெக்டர் பதில் சொல்லவில்லை. புகை படர்ந்த கண்ணாடி ஜன்னலில் குழப்பமாகப் பிம்பங்கள் தெரிந்தன. தெரிந்து, அவர்கள் இருவரின் மனத்தில் தகாத செயல்களாக வடிவெடுத்தன.

'அக்கிரமம் சார்,' என்றார் கான்ஸ்டபிள்.

'என்ன செய்யறான்?'

'ஒரு பக்கம் பார்த்தா பல் தேய்க்கிற மாதிரியும் தெரிகிறது...'

அந்த நிழல்கள் மடங்கின; ஒன்று சேர்ந்தன; பிரிந்தன; பேசின...

பட்டென்று விளக்கு அணைந்தது. 'வா, போகலாம்' என்றார் சப்-இன்ஸ்பெக்டர்.

அவர்கள் எதிர் நோக்கி நடந்தார்கள்.

நகரம் / 51

‘டார்ச் லைட் கொண்டுவந்திருக்கிறேன் சார்’ என்றார் கான்ஸ்டபிள் பிரகாசமாக.

‘பசவய்யா, நீ பேசக் கூடாது. சும்மா நடப்பதைக் கவனி. தெரிகிறதா? டார்ச் போடவேண்டாம், என்ன?’

‘சரி சார்.’

ரிசப்ஷன் இளைஞன் தூங்கிக்கொண்டிருந்தான். சரியாக கார்புரேட்டர் அட்ஜஸ்ட் செய்யப்படாத ஸ்கூட்டர்போல் சற்று சன்னமாகக் குறட்டையினூடே கனவு கண்டுகொண்டிருந்தான்.

‘ரீ’ என்று கூப்பிட்டார்.

அவன் சட்டென்று எழுந்து, ‘ஏனு ஆயித்து?’ என்றான்.

‘போலீஸு செக்கிங்கு.’

‘ஏனு செக்கிங்கு?’

‘மாடியில் ஒரு ரூமில்.’

இளைஞன் பழக்க தோஷத்தில் டிராயரைத் திறந்து பத்து ரூபாய் நோட்டுக்களை எண்ண ஆரம்பித்தான். கான்ஸ்டபிளும் கூட எண்ணினார்.

‘சீ வா’ என்றார் சப்-இன்ஸ்பெக்டர்.

அவர்கள் அந்த முதல் மாடி அறையை அடைந்து தட்டினார்கள்; காத்திருந்தார்கள்.

‘ஹூ இஸ் இட்?’ என்று கதவு கேட்டது.

‘செக்கிங் ஸ்க்வாடு’ என்றார் கான்ஸ்.

‘நீ பேசாதே பஸவய்யா’ என்றார் சப்-இன்ஸ்.

விளக்கு எரிந்தது. கதவு திறந்தது. டெரிலின் சட்டையின் பட்டனைப் போட்டுக்கொண்டு அந்த இளைஞன் நின்றான். அந்தப் பெண் ஒற்றைப் படுக்கையில் உட்கார்ந்திருந்தாள்.

‘நிம்ம ஹெஸரு ஏனு?’

'ஐ டோன்ட் ஃபாலோ. ஸ்பீக் இங்கிலீஷ்.'

'நீவு மதராஸா?'

'கோயம்பட்டூர்.'

'பஸவய்யா, சும்மா இரு. நாங்கள் போலீஸ். இந்தப் பெண்ணை புக் செய்யப் போகிறோம்.'

'என்ன?'

'இம்மாரல் டிராஃபிக்...'

'வாட்?'

'உன் பெயர் என்ன?'

'வாட் இஸ் ஆல் திஸ்? நீங்கள் எல்லாம் யார்? என்னய்யா இது...' என்று பின்னால் நின்ற ரிசப்ஷன் இளைஞனைப் பார்த்துக் கேட்டான்.

'புரியவில்லையா? இந்தப் பெண்ணை நீங்கள்...'

'திஸ் இஸ் ரிடிகுலஸ்.'

'வாட் இஸ் ரிடிகுலஸ்?'

'நீங்கள் போலீஸா?'

'ஆம். மிஸ், எழுந்திரு பா இல்லி.'

'எனக்கும் ஒன்றும் புரியவில்லை. நீங்கள் என்ன சொல்லுகிறீர்கள்? நான் இவளை...' அவன் நிதானமாகச் சிரித்தான்.

'ஏன் சிரிக்கிறீர்கள்?'

'இது என் மனைவி. முட்டாள்களே, இது என் மனைவி.'

சப்-இன்ஸ்பெக்டர் சிரித்தார்.

'எல்லோரும் அப்படித்தான் சொல்வார்கள். மிஸ்டர், உங்கள் பெயர் என்ன?'

நகரம் / 53

'ஜெயகுமார்.'

'இது சிங்கிள் ரூம்தானே?' என்றார் படுக்கையைப் பார்த்துக் கொண்டு.

'ஆம்.'

'ஓட்டல் ரிஜிஸ்டரில் மிஸ்டர் அண்ட் மிஸஸ் ஜெயகுமார் என்று எண்ட்ரி இருக்கிறதா? என்னப்பா?'

'இல்லை. இவர் தனியாகத்தான் ரிஜிஸ்டர் ஆகியிருக்கிறார்' என்றான் ரிசப்ஷன்.

'பஸவய்யா, அரெஸ்ட் செய்.'

'வெய்ட் எ மினிட் ஐ கன் எக்ஸ்ப்ளெய்ன் திஸ்.'

'மனைவியாம்... ஹ.'

'சார், நான் சொல்றதைக் கேட்கிறீர்களா?'

'அம்மா கிளம்பு' என்றார் பஸவய்யா, பெண்ணைப் பார்த்து.

'இரு, கையை ஒடித்து விடுவேன்.'

'சார், திட்டறான் சார்.'

'கொஞ்சம் இருங்கள். நான் சொல்வதைக் கேளுங்கள். இவள் என் மனைவி. நான் இந்த ஊருக்குப் புதிது. கோயமுத்தூரிலிருந்து வந்திருக்கிறேன். இந்த ஓட்டலில் இன்று காலை அறை எடுத்துக் கொண்டேன். என் மனைவி ஓசூரில் இருந்தாள். அது அவள் சொந்த ஊர். அங்கிருந்து இன்று மாலை பஸ்ஸில் வந்தாள். ஷி ஜாயின்ட் மி ஹியர். இருவரும் சினிமா பார்த்துவிட்டு வருகிறோம்.'

'தனியாக வந்தீர்கள். முதலில் அவள் வந்தாள். அப்புறம் நீ வந்தாய்.'

'சேர்ந்துதான் வந்தோம். 'நான் சிகரெட் வாங்கிக்கொண்டு வருகிறேன். நீ முன்னால் போ' என்று அந்த மூலைக் கடைவரை சென்றேன். அவள் முதலில் வந்தாள். நாளை டபிள் ரூமுக்கு ஷிஃப்ட் பண்ணுவதாக இருக்கிறோம். அவ்வளவுதான். சிம்பிள்.'

சப்-இன்ஸ்பெக்டர் சற்று யோசித்தார்.

‘ஏம்ப்பா, இவர் டபிள் ரூம் கேட்டாரா?’

‘இதுவரை இல்லை.’

‘மனைவி வந்திருப்பதாக உம்மிடம் சொன்னாரா?’

‘இதுவரை இல்லை’ என்றான் ரிசப்ஷன் இளைஞன்.

‘மிஸ்டர், இதெல்லாம் நீங்கள் ஸ்டேஷனில் சொல்லிக் கொள்ளலாம். நான் இவளை அரெஸ்ட் செய்யப் போகிறேன். மனைவி என்கிறீர்கள். கழுத்தில் தாலி எங்கே? தாலி இல்லை.’

‘வாட் டூ யூ மீன்? எல்லா கம்யுனிட்டியும் தாலி கட்டுகிறார்களா? அவள் என் மனைவி சார். அவள் என் மனைவி.’

‘நிரூபியுங்களேன். ஏதாவது எனக்கு நிரூபணம் காட்டுங்கள். சர்டிபிகேட், தாலி அல்லது தெரிந்த நண்பர்களின் அட்ரஸ், டெலிபோன் நம்பர் ஏதாவது?’

‘ஆபீஸர். நான் இந்த ஊருக்குப் புதிது. நான் சொன்னது உண்மை; சத்தியம்.’

‘ஐ ஆம் ஸாரி. ஆதாரம் போதாது, பஸவய்யா.’

‘சார்.’

‘இருங்கள்,’ என்றாள் அந்தப் பெண் முதல் தடவையாக. அவள் எழுந்தாள். மெதுவாக சப்-இன்ஸ்பெக்டர் அருகில் வந்தாள். ‘சார், உங்களுக்கு ஆதாரம்தானே வேண்டும், நான் இவர் மனைவி என்பதற்கு?’

‘எனிதிங்... சர்ட்டிபிகேட்...’

‘அதெல்லாம் ஒன்றும் வேண்டாம், ஜெய்.’

‘எஸ் டியர்.’

‘சட்டையைக் கழட்டுங்கள்.’

‘சட்டையையா?’

‘ஆம், கழட்டுங்களேன்...’

‘பனியனையும் கழட்டுங்கள்.’

‘இன்ஸ்பெக்டர், அவர் மார்பில் இடது பக்கம் ஒரு நயா பைசா அகலத்துக்கு மச்சம் இருக்கிறதா? நீங்களே பாருங்கள். அப்புறம் விலாப் பக்கத்தில் அரை இன்ச் நீளத்துக்கு ஒரு தழும்பு இருக்கிறதா? பாருங்கள்... காட்டுங்கள். ஜெய்... அப்புறம் தொப்புளின் அருகில் ஒரு சின்ன மச்சம் இருக்கும்! மிகச் சிறிய மச்சம். கூர்ந்து பார்த்தால்தான் தெரியும். போதுமா? இன்னும் ஆதாரம் வேண்டுமா? அவருடைய உடம்பின் ஒவ்வொரு சதுர அங்குலமும் எனக்குத் தெரியும். இன்னும் கொஞ்சம் காட்டச் சொல்லட்டுமா? ஜெய், அந்த முழங்காலுக்கு மேலே...’

‘ஸ்டாப்’ என்றார் சப்-இன்ஸ்பெக்டர்.

‘ஐ‘ம் ஸாரி மிஸ்டர் ஜெய்குமார். பஸவய்யா, வா போகலாம்’ என்று வேகமாகப் பின்வாங்கி நடந்தார்.

கான்ஸ்டபிள். ‘சார், அவள் நிரூபித்த மாதிரி அவனையும் சற்று நிரூபிக்கச் சொல்லலாமே?’ என்று சொல்ல நினைத்துச் சொல்லாமல் விட்டுவிட்டார்.

மகன் தந்தைக்கு

எனக்கு ஐம்பத்தெட்டு வயது. ரெவின்யூ இலாக்காவில் லஞ்சம் வாங்கத் தைரியமில்லாமல், இஷ்டமில்லாமல், அதனால் காசு சேர்க்காமல், 'கிடைக்கிற பென்ஷன் போதும்' என்று மூன்று வருஷம் முன்பு வேலை ஓய்வு பெற்ற நான், 1972-ல் ஒரு மியூசியம் பிறவி. அப்படித்தான் எல்லாரும் என்னைக் கருதுவதாக நான் நினைக்கிறேன். எனக்கு இன்றைய நாட்களில் நடக்கிற காரியங் கள் பல புரியவில்லை. என் புத்திக்குச் சில விஷயங்கள் எட்ட வில்லை. ஏன் எல்லோரும் இவ்வளவு அவசரப்படுகிறார்கள்? ரேடியோ ஏன் படுக்கையறைச் சம்பவங்களில்கூடக் குறுக்கிடு கிறது? பெண்கள் ஏன் இப்படி அர்த்தமில்லாமல் சிரிக்கிறார்கள்? சினிமாவில் ஏன் இத்தனை கொடூரம். இத்தனை அசிங்கமான இனக் கவர்ச்சி? நகரச் சுவர்களில் ஏன் இத்தனை புகழ் வார்த்தைகள், இத்தனை நாத்திகம், இத்தனை தெய்வ பக்தி?

நான் தற்கால உலகத்துடன் இயைந்து வாழத்தான் விரும்பு கிறேன். மற்றவர்கள் என்னை அப்படி இருக்க அனுமதிப்பதாகத் தெரியவில்லை. அவர்கள் எல்லாரும் 'நீ வாழ்ந்தாகிவிட்டது. இனி கேள்வி கேட்காமல் விலகிப் போவதுதான் உனக்கு நல்லது. இறந்துபோ கிழவனே!' என்று சொல்வதாகத்தான் உணர்கிறேன். இந்த உலகம் வயதானவர்களுக்கு அல்ல. 'பாத்து ஏறு தாத்தா!' என்று கண்டக்டர் சொல்லும்போது எனக்கு மகா கோபம் வருகிறது. அவனைப் பார்த்து, 'என் அருமை நண்பனே, உன்னைவிட என் கண் பார்வை துல்லியமாக இருக்கிறது. உன்னைவிட என் பற்கள் திறமையாக அரைக்கின்றன. இரவு வேளைகளில் ஊசி நூல் கோக்கக்கூடிய நான்...' என்று

சொல்லும்படி ஆத்திரம் வருகிறது. இதெல்லாம் வெளி விஷயம். அவர்கள் என்ன சொன்னாலும் நான் பிடிவாதமாக வாழத்தான் விரும்புகிறேன். என் அருமை மனைவியை இழந்ததிலிருந்து (அவள் படம் ஹாலில் மாட்டியிருக்கிறது. நெற்றியில் அகலக் குங்குமம். படத்தைச் சுற்றி மாலை. புன்னகை. தினசரிப் புன்னகை), என் மகனுக்காக நான் பட்ட அவஸ்தையை எல்லாம் சொன்னால், 'கிழவன் ஆதங்கம் தேடுகிறான்' என்று அலட்சியமாக இருந்து விடுவீர்கள். ஆனால் அப்பா பிள்ளை என்று வேண்டாம்; ஒரு மனிதனுக்கு மனிதன், ஆதாரமாகச் சில அன்புகள் வேண்டாம்? அன்புகூடத் தேவை யில்லை; ஒரு மரியாதை அல்லது அக்கறை அல்லது ஒரு சின்னப் பார்வை, அல்லது, 'அப்பா, எப்படி இருக்கிறீர்கள்? நேற்று, தலைவலி என்றீர்களே?' என்று ஒரு வாக்கியம். ம்ஹூம்?

நான் என்ன பாவம் செய்தேன்? என் ஒரே மகனை மனைவி இன்றித் தனியாக வளர்த்து, பீஸ் கொடுத்துப் படிக்க வைத்து, இவன் மூன்றாவது வகுப்பில் பாஸ் செய்ததற்கு நான் இரவு முழுவதும் கவலைப்பட்டு, என்ன என்னவோ பன்னாடைகள் எல்லாவற்றையும் சந்தித்து, பல் இளித்து, 'அம்மா தாயே' என்று கெஞ்சி, எவன் வீட்டுக்கோ நெல் பர்மிட் வாங்கிக் கொடுத்து, எவனுக்கோ பத்திரம் ரெஜிஸ்தர் செய்துகொடுத்து, எவனுக்கோ வைப்புச் சண்டையெல்லாம் தீர்த்து வைத்து, லஞ்சம் கொடுத்துக் கடைசியில் என் மகனுக்கு ஒரு வேலை வாங்கிக் கொடுத்தேன். அதற்கு என் மகனிடமிருந்து ஒரு தாங்க் யூ உண்டா? கிடையாது. பாசம் வேண்டாம், ரத்தபந்தம் வேண்டாம். இரக்கம்கூட வேண்டாம்; நன்றி? இதோ வருகிறான் பாருங்கள், நான் தேடிக் கொடுத்த வேலைக்குப் போய்விட்டு.

சாயத்தை இறைத்த மாதிரி ஷர்ட், தொள தொளவென்று பேண்ட், நெற்றியை முழுவதும் மறைக்கும் கேசம் (திடீரென்று அவனைக் கோழிக்குஞ்சைப் போல் அமுக்கி நன்றாக ஒட்ட வெட்டி விடலாமா?) சிகரெட் பிடித்த கறுத்த உதடுகள். என்னைப் பார்த்து விட்டால், பிடித்துக்கொண்டிருக்கும் சிகரெட்டை மிதித்துத் தேய்த்து அணைப்பான். அது மட்டும் மரியாதை இருக்கிறதே, போகிறது. கழுத்தில் இரும்புச் சங்கிலி. ஆமாம், இரும்பு!

செருப்பை உதறிவிட்டு நேராக மாடிக்குப் போகிறான். நான் உட்கார்ந்திருக்கிறேன். நான் இந்த உலகத்தில் வசிப்பதாகவே இவனுக்குப் பிரக்ஞை இல்லாததுபோல் போகிறான். பெயர்

கிருஷ்ணகுமார். என் பெயர் கிருஷ்ணன்; அவன் கிருஷ்ண குமாரன். என்னைப் பற்றவைக்கப்போகிற ஏக புத்திரன்.

'குமார்...' என்றேன்.

'என்ன?' என்று என் பக்கம் பொதுவாகத் திரும்பினான். என்னை நேராகப் பார்க்க மாட்டான். என் மார்பை அல்லது இடப் பக்கத்து ஜன்னலைப் பார்த்துக்கொண்டுதான் பேசுவான். என்னிடம் பேசும்போது சிக்கனம். சின்னச் சின்ன வார்த்தைகள்.

'ராமநாதன் வந்திருந்தான்' என்றேன்.

'ம்' என்றான்.

'ட்ரெஸ் பண்ணிக்கொள். காலைல சொன்னேனே, ஞாபகம் இருக்கிறதா?'

'என்ன சொன்னீங்க?'

'ராமநாதன் வீட்டுக்குப் போகிறோம் நாம்.'

'நீங்க போய்ட்டு வந்துவிடுங்களேன்.'

'இல்லை, நீயும் வரவேண்டும். கல்யாணம் உனக்கு.'

'நான் ராதிகாவைப் பார்த்திருக்கேன்.'

'உனக்கு இஷ்டமா இல்லையா என்று சொல்லவேண்டும். நாம் இந்த மாதிரி சரியாக அவர்களுக்கு விடை சொல்லாமல் இருக்கக் கூடாது.'

'அப்பா, நான் இப்பக் கல்யாணம் செய்து கொள்றதா இல்லை.'

'பின் எப்ப?'

'இன்னும் ஒரு வருஷமாவது...'

'ராதிகாவைப் பண்ணிக்கொள்கிறாயா? சொல்லிவிடவா?'

'அடுத்த வருஷத்துக்கு இப்பவே சொல்லிவிடணுமா என்ன?'

'வேறு ஏதாவது பெண்ணைப் பார்த்து வைத்திருக்கிறாயா?'

'இல்லை.'

'அவர் பெரிய மனுஷர். அவருக்கு நம்மிடம் பிடிப்பு இருக்கிறது. அவரை இப்படி அலைய வைக்கிறது நன்றாக இல்லை. உண்டு, இல்லை என்று சொல்லிவிடலாமே? அந்தப் பெண் அழகாக இல்லையா? படிக்கவில்லையா?'

'அப்பா, நான் கல்யாணத்துக்கு இன்னும் தயாராகவில்லை.'

'ஏன், மந்திரங்கள் எல்லாம் நெட்டுருப் பண்ணப் போகிறாயா? தயார் என்னடா தயார்? குமார், எப்போதாவது யோசித்திருக்கிறாயா, உன் அப்பாவுக்கு நீ செய்யவேண்டிய கடமை ஒன்று இருக்கிறது என்று? இந்த வீட்டில் காப்பி போட்டு, சொந்தமாக மிளகு ரசம் வைத்து, ஹோட்டலில் எடுப்புச் சாப்பாடு சாப்பிட்டு எனக்கு அலுத்துப்போயிருக்கலாம் என்று எப்போதாவது எண்ணிப் பார்த்திருக்கிறாயா?'

'சமையக்காரனை வெச்சுக்கலாம் அப்பா.'

'இது என்ன பொறுப்பான பதிலா குமார்?'

'சமையலுக்காக ஒரு பெண்ணை நான் கல்யாணம் பண்ணிக் கணுமா?'

'சமையல் இல்லைடா... இந்த ஹாஸ்டல் வீடா மாறறதுக்கு. எனக்கு உயிர் போறதுக்கு முன்னாலே என் வம்சம் தழைக்கிறதுக்கு... உனக்கு எப்படிச் சொல்றது என்றே புரியவில்லை.'

'நாளைக்குப் பேசலாம் அப்பா.'

'நாளைக்கு என்ன நாளைக்கு? இன்னிக்கே பேசிடலாம். உன்கிட்டப் பேச வேண்டியது நிறைய இருக்கு குமார், ஏன் என்னை இந்த மாதிரி நடத்தறே?'

'எந்த மாதிரி?'

'உன் அப்பாவை நீ அலட்சியமாப் பேசித் துன்புறுத்தறே என்கிறது எப்பவாவது உனக்குத் தெரிஞ்சிருக்கா?'

'கொஞ்ச நாள் கழித்துக் கல்யாணம் பண்ணிக்கொள்கிறேன் என்றால் தப்பா, அப்பா?'

'தப்பில்லை. நீ அதைச் சொல்ற விதம் தப்பு, நீ என்கிட்ட நடந்து கொள்ற விதம் தப்பு. அலட்சியம். இந்த வயசானவனுக்கு நீ

காட்டுகிற நன்றி... அந்த ராமநாதன் உனக்கு வேலை வாங்கிக் கொடுக்க எத்தனை உதவி பண்ணியிருக்கார் தெரியுமா?'

'தெரியும். அதற்குப் பதிலா அவர் பெண்ணைக் கல்யாணம் செய்துகொண்டாக் கடன் தீர்ந்துடும். இல்லையா? அப்படித் தானே?'

'போடா. நீ என்னோட பேசவேண்டாம்.'

'இல்லை, பேசணும் அப்பா. ராமநாதன் அவ்வளவு சிரத்தையா எனக்கு வாங்கிக் கொடுத்தாரே அந்த வேலை; அதை நான் இன்று விட்டுட்டேன்.'

'என்னது?'

'ஆமாம், இன்னிக்கு ரெஸிக்னேஷன் எழுதிக் கொடுத்துட்டேன். நாளையிலிருந்து நான் ஆபீஸ் போகப் போவதில்லை.'

'ஏண்டா? ஏன்?'

'எனக்கு இந்த வேலை பிடிக்கவில்லை.'

'ஏன், ஏன்?'

'அங்கே சூழ்நிலை சரியாக இல்லை. மானேஜர் மனுஷனா நடத்த மாட்டேங்கறான். வீட்டுக்குச் சர்க்கரை வாங்கிண்டு வா என்கிறான். மரியாதை இல்லை.'

'குமார், நிஜமாவே நீ வேலையை விட்டுட்டியா?'

'ஆமாம்.'

'உன்னுடைய தர்ட் க்ளாஸ் அழகுக்கு இதைவிட நல்லதா வேற வேலை கிடைக்குமா? என்னடா, இது என்ன?'

'கிடைக்கிறதா தேடிப் பார்க்கப் போகிறேன்.'

எனக்கு உடம்பு பதற ஆரம்பித்துவிட்டது. இவனுக்கு இந்த வேலை வாங்கிக் கொடுக்க எவ்வளவு அலைந்தேன். எத்தனை சிபாரிசு? எத்தனை கௌரவக் கேடு? ஒரு மாதம் முழுவதும் செல்லவில்லை; பிடிக்கவில்லையாம்.

'என்னிடம் ஒரு வார்த்தை சொல்லக் கூடாதா குமார்?'

'சொல்லியிருந்தா என்ன சொல்வீங்க? ரொம்பக் கஷ்டப்பட்டுக் கிடைத்த வேலை, விட்டுடாதே. அப்படித்தானே? எனக்குச் சரிப் பட்டு வரலை அப்பா.'

'சரி, வீட்டிலேயே இரண்டு பேரும் ஒருத்தரை ஒருத்தர் பார்த்துக் கொண்டு எதிர் எதிரே இருக்கலாம். என் பென்ஷனிலே நாம ரெண்டு பேரும் எடுப்புச் சாப்பாடு சாப்பிட்டுக்கொண்டு ஒருத்தரை ஒருத்தர் வெறுத்துக்கொண்டு இருக்கலாம்; அப்படித் தானே?'

'அப்படி வேண்டாம் அப்பா. நான் உங்களுக்குச் சரியான மகன் இல்லை. நீங்க வாங்கிக் கொடுத்த வேலையை ஒத்துக்கலை. நீங்க சொன்ன பொண்ணை ஒத்துக்கலை. உங்கள் எதிர்பார்ப் புக்கு நான் ரொம்பக் கீழே இருக்கேன். எனக்கு என்னவோ அந்த வேலை சரிப்பட்டு வரலை. இன்னொரு வேலை கிடைச்சாப் பார்க்கலாம். சொந்தமாத் தேடறேன். உங்களைத் தொந்தரவு செய்ய மாட்டேன். என் பெட்டி, படுக்கை எல்லாத்தையும் எடுத்துண்டு போய் ஏதாவது ரூம்லே இருக்கேன். உங்க பென்ஷன்லே சமாளிக்கிறது கஷ்டம். நான் ஏதாவது டெம்பரரியா பெட்ரோல் பங்கிலே பெட்ரோல் போடறேன். அல்லது என்னவோ செய்துக்கறேன். ஐ கேன் சர்வைவ்.'

'இடியட். நான் எதுக்காக உயிரோட இருக்கேன் தெரியுமா? உனக்காகடா.'

'இல்லை அப்பா, எனக்காக நீங்க இவ்வளவு அலைய வேண் டாம்; மனசு கஷ்டப்பட வேண்டாம். நான் விலகிக்கிறேன். எனக்கு ஒருத்தரும் சோறு போடவேண்டாம்.'

'அடேய்! நான் அப்படிச் சொல்லவே இல்லை. நீ எனக்குப் பாரம் இல்லை. ஆனா உன்கிட்டச் சிலதை எதிர்பார்க்கிறது தப்பா? உன்னைப் படிக்க வெச்சது தப்பா? உனக்காக அலைஞ்சது தப்பா? உனக்கு வேலை வாங்கிக் கொடுத்தது தப்பா? அப்படி வாங்கிக் கொடுத்த வேலையை நீ செருப்பு உதறுகிறாப்பலே உதறி எறிஞ்சா, 'ஏண்டா விட்டே?'ன்னு கேட்டது பெரிய தப்பு, இல்லை? அதனாலே உடனே, 'வீட்டை விட்டுப் போறேன், நானா பொழைச்சுக்கறேன்'ன்னு கிளம்பிடறதா?'

'இல்லைப்பா, உங்களுக்குப் பாரமா இருக்கிறது எனக்கு அவமானமா இருக்கு.'

‘உனக்கு அவமானம்; எனக்கு வருத்தம். அந்த வருத்தத்தைப் பற்றி யோசித்தது உண்டா நீ? கிழவன் மனசை ஊசியால் குத்தறோம் என்று தெரியலையா உனக்கு? வீட்டை விட்டுப் போகிறேன் என்கிறாயே.’

‘இல்லை, எனக்கும் சுதந்தரமா இருக்கணும் என்று ஆசையா இருக்காதா, அப்பா?’

‘உனக்கு இங்க சுதந்தரம் இல்லையா? உனக்கு இஷ்டம் இல்லைனா வேலையை உதறுகிற சுதந்தரம் இல்லையா? உன் அப்பாவோட இவ்வளவு அப்பட்டமாப் பேசற சுதந்தரம் இல்லையா? குமார், ஒரே ஒரு கேள்விக்கு மட்டும் பதில் சொல்லிடு. நீ வேணுமென்றே என்னை இப்படிச் சித்திரவதை பண்ணுகிறாய். அதற்குக் காரணம் நிச்சயம் இருக்கணும். ஏன்? நான் என்ன செய்தேன்? ஏன் இப்படி என்னை நடத்துகிறாய்? அதை மட்டும் சொல்லிவிடு.’

‘அப்படி எல்லாம் இல்லை அப்பா. நம்ம இரண்டு பேருக்கும் நடுவிலே கம்யூனிகேஷன் இல்லை. என்னை உங்களாலே புரிஞ்சுக்க முடியலை. உங்களை என்னாலே புரிஞ்சுக்க முடியலை. நீங்க உங்களோட கோணத்திலிருந்தே என்னைப் பார்க்கறீங்க. நான் என்னோட கோணத்திலிருந்தே உங்களைப் பார்க்கிறேன். உதாரணமா, அம்மாவை நீங்க ட்ரீட் பண்ணினது சரியில்லை. அது என் கோணம். உங்க கோணத்திலிருந்து அதுக்குக் காரணம் இருக்கலாம். சர்ச்சை அதைப் பற்றி இல்லை. உங்க பார்வையிலிருந்து நீங்க விரும்பறது எனக்கு ஸ்திரமான வேலை, சமூகத்திலே பத்திரம், கல்யாணம், அப்புறம் வம்ச விருத்தி. உங்களைப் போல நானும் மகனைப் பெற்றுக்கொண்டு, இதே வீட்டிலே முப்பது வருஷம் கழிச்சு அவனோட வாதாடணும். இந்தக் கதை தொடர்ந்து நடக்கணும். நான் என்னை எப்படிப் பார்க்கறேன்? சொல்றேன். நான் ஒரு ஸைபர்! மூணாவது கிளாஸ் பி.ஏ. என் அப்பா தயவாலே, ராமநாதன் தயவாலே, ஏதோ ஒரு அட்டைப் பெட்டி தயாரிக்கிற கம்பெனி யிலே மானேஜரின் மனைவிக்கு சானிடரி டவல், சர்க்கரை எல்லாம் வாங்கிக்கொடுக்கிற வேலை பார்க்கணும்! கொடுக்கிற சம்பளத்திலே சொல்ற பெண்ணைக் கல்யாணம் செஞ்சுக்கணும். தினம் காலைல ஷேவ் பண்ணிண்டு, பஸ் ஏறி ஆபீஸ் போய், திரும்ப வந்து மனைவியைப் பார்த்து, சிரித்து, அவளோட சினிமாவுக்குப் போய், டான்ஸ் கச்சேரிக்குப் போய், பிறர்

பார்வைக்காகச் சந்தோஷமான குடும்பத் தலைவனா வாழற வாழ்க்கை எனக்கு, என் மனசுக்குப் பிடிக்காததா இருக்கலாம்னு யோசிச்சுப் பார்க்க முடியுமா உங்களாலே?

'எனக்கு எதிர்காலத்தைப் பத்தி, இந்த ஜனங்களைப் பத்திக் கவலையா இருக்கலாம். எனக்கு வேறுவித ஆசைகள் இருக்கலாம். எனக்குச் சித்திரம் வரைய அல்லது சின்னச் சின்னதா கவிதை எழுத ஆசை இருக்கலாம். இல்லை, செவிட்டு ஊமைப் பையன்களுக்குப் பாடம் சொல்லிக் கொடுக்க ஒரு பைத்தியக்கார ஆசை இருக்கலாம். புதுசா வேறுவிதமா ஒரு ஃபிலிம் எடுக்க ஆசை இருக்கலாம். இல்லை, கவலையே இல்லாம பனாரஸ்லே அலையறதுக்கு ஆசை இருக்கலாம். அல்லது... இதெல்லாம் உங்களுக்குப் புரியாது அப்பா.'

அவன் மாடிக்குச் சென்றுவிட்டான். புரியவில்லைதான். என் மகனை எனக்குப் புரியவில்லைதான். எதிரே என் மனைவி படத்தைப் பாத்தேன். அந்தப் புன்னகை; நிரந்தரமான புன்னகை. சற்று நேரம் யோசித்தேன். இந்தப் பாசமும் கவலையும் என்னை விடவில்லையே? பயம் காட்டுகிறானே. தனியாகப் போய் விடுவானோ? போக மாட்டான்; அப்படியெல்லாம் செய்ய மாட்டான்.

சட்டையை மாட்டிக்கொண்டு, செருப்பில் காலைச் செருகிக் கொண்டு கிளம்பிவிட்டேன். ராஜரத்தினத்தைப் பார்க்க வேண்டும். அவர் என் மகனுக்கு ஒரு வேலை வாய்ப்பைப் பற்றிச் சொல்லியிருந்தார். சிபாரிசு கேட்கலாம்.

மறுபடி முயன்று பார்க்கிறேன்.

உறுமீன்

அந்த வீட்டு வாசலில் தொங்கிய பூசணிக்காய் இளித்தது. உள்ளே பெயின்ட் வாசனையும் டிஸ்டெம்பர் வாசனையும் விரவி யிருந்தன. தரையில் மொஸெய்க் மின்னியது. அறைகள் காலியாக இருந்தன.

ஹாலில் சுமார் ஐம்பது வயதுக்காரர் தன் கழுத்தில் மாலையாக மாட்டியிருந்த துண்டை இரண்டு பக்கத்திலும் பிடித்துக்கொண்டு சுற்றிலும் பார்த்து ரசித்து, 'பலே, நல்லாத்தான் கட்டியிருக்கீங்க. எத்தனை ஆச்சு? அரை லகரமாவது செலவழிஞ்சிருக்காது?' என்றார்.

அருகே இருந்த நடுத்தர வயது ஆசாமி, 'செலவுக்கென்னங்க. கணக்கு இன்னும் பார்க்கலை. இத்தனைக்கும் காண்ட்ராக்டர் கிட்ட விடாம, ஒவ்வொரு செங்கல்லாப் பாத்துப் பாத்துக் கட்டி யிருக்கேன். இரும்புக்காகத் தொங்கினேன்; சிமெண்டுக்காகத் தொங்கினேன். பேஜாராப் போச்சுதுங்க. முடிப்போமான்னு ஆயிடுச்சு' என்றான்.

'வாடகைக்கு விடப் போறீங்களா?'

'ஆமாங்க.'

'எத்தனை எதிர்பார்க்கிறீங்க?'

'இதுவரைக்கும் பதினஞ்சு பேராவது வந்து கேட்டிருப்பாங்க திருப்திகரமா ஒரு பார்ட்டியும் கிடைக்கலை. குஜராத்திக்காரங்க வராங்க, சினிமாக்காரங்க வராங்க. எல்லாம் முந்நூத்தம்பது

நானூறுன்னு கொடுக்கிறேங்கறாங்க. ரெண்டு மாசம் பணம் வரும். அப்புறம் தொங்கணும். நல்ல டெனன்ட் அம்புடறது பெண்டாட்டி வாய்க்கிறாப்பலே. இல்லீங்களா?'

'வாஸ்தவந்தாங்க. அதான் நீங்க கல்யாணம் செஞ்சுக்கலை யாக்கும்?'

வீட்டுக்காரன் சிரித்தான். 'அதுக்கு எங்கே எனக்கு நேரம் இருக்குங்க? அப்புறம் பாருங்க, கல்யாணத்திலே ஒண்ணும் இல்லீங்க...'

'தம்பி, கல்யாணம் செஞ்சு பாருங்க; அப்புறம் பேசுங்க. உங்களுக்கு எத்தனை வயசு?'

'முப்பத்தி அஞ்சு.'

முப்பத்தைந்து வயதில் எத்தனை அலைச்சல் அலைந்திருக் கிறான்? பணத்தைத் தேடி, வெற்றியைத் தேடி, வேறு எதெதையோ தேடி, இன்னும் அந்தத் தாகத்தை இனம் கண்டுகொள்ள முடியவில்லை அவனுக்கு.

'நீங்க மாடியிலேதான் குடியிருக்கிறதா உத்தேசமா?'

'ஆமாங்க. எனக்கென்ன? அலைச்சல்காரன். ராத்திரி வந்து படுக்க ஒரு இடம் வேணும். அவ்வளவுதான்.'

வாசலில் கார்க் கதவு மூடும் சப்தம் கேட்டது. 'ஆரம்பிச்சாச்சு' என்றான். தயங்கி உள்ளே வந்தவருக்குச் சுமார் நாற்பத்தெட்டு வயசு இருக்கும். உடன் அவர் மனைவியும், பன்னிரண்டு, பத்து வயதுகளில் இரண்டு பையன்களும் வந்தார்கள்.

'இந்த வீடு வாடகைக்கு விடறாப்பலியா?'

'ஆமாம்... நீங்க?'

'என் பெயர் பரமேஸ்வரன். ஃபுட் கார்ப்பரேஷன்லே வேலையா இருக்கேன். புதுசா மாத்தி வந்திருக்கேன். பார்க்கலாமா?'

'தாராளமா வாங்க.'

அந்த அம்மாள் பழைய காலணா அகலத்தில் குங்குமம் வைத்திருந்தாள். ரொட்டி மாதிரி ஊட்டமாக இருந்தாள். அவள் மூக்கில் வைரம் மின்னியது. தலை மயிர் இழைய வாரப்பட்டு

ஒரு நரை தெரியவில்லை. 'ஃபுட் கார்ப்பரேஷனி'ன் தலை மயிரில் மாறுதலாக நரை அள்ளித் தெளித்திருந்தது. பையன்கள் ஒருவருக் கொருவர் கான்வென்ட் இங்கிலீஷ் பேசிக் கொண்டார்கள்.

'கிச்சன் எங்கே இருக்கு?' என்று கேட்டாள் அம்மாள்.

'அப்பா, நாங்க இதைப் படிக்கிற அறையாக வைத்துக் கொள்ளலாம்.'

'ஃப்ரிஜ் எங்கே வைப்பது?'

'கர்ட்டன் ராடு கூடப் போட்டிருக்கீங்க. பரவாயில்லை.'

அவர்கள் நிதானமாக ஆராய்ந்தார்கள். குழாயைத் திறந்து பார்த்தார்கள். அலமாரிகளைத் திறந்து பார்த்தார்கள்.

'வாடகை எவ்வளவு எதிர்பார்க்கிறீங்க?'

'எவ்வளவு கொடுக்க முடியும் உங்களாலே?'

'மாடியையும் விடப் போறீங்களா?'

'இல்லீங்க. நான் அதிலே இருக்கப் போறேன்.'

'நீங்களும் உங்க ஃபேமலியுமா?'

'இல்லீங்க. நான் மட்டும்.'

'பேஷாப் போச்சு. வாடகையைச் சொல்லுங்க.'

தயக்கத்துடன், 'முந்நூற்றைம்பது, மூணு மாசம் அட்வான்ஸ் வேணும்' என்றான்.

'முந்நூற்றைம்பது அதிகமில்லே? என்ன டியர்?'

'முந்நூற்றைம்பதா, அப்பாடி' என்றான் மூத்த பையன்.

'சேகர், பேசாமலிரு' என்றாள் அம்மாள்.

'எனக்கு நானூறு வரைக்கும் ஆஃபர் இருக்குதுங்க.'

அம்மாள் அவரைத் தனியாகக் கூப்பிட்டாள்.

'கொஞ்சம் இருங்க.' அவர்கள் வாயிற் பக்கம் சென்றார்கள்.

நகரம் / 67

'சின்ன வீடுதான?'

'சின்னதா இருந்தா என்ன? நமக்குப் போதுமே?'

'கிச்சன் தாராளமா இருக்கு. பவர் கனெக்ஷன் இருக்கு.'

அவர்கள் மறுபடி ஹாலுக்கு வந்தார்கள். 'முந்நூறு ரூபாய் தருகிறோம்' என்றார்.

'இல்லீங்க, மன்னிச்சுக்கங்க. மேலே பேச்சே வேண்டாம். முந்நூற்று அம்பது.'

'சரிங்க' என்றார் உணவுக் கார்ப்பரேஷன் ஆசாமி.

'என்ன?'

'நீங்க சொன்னபடிதான். முந்நூற்றைம்பது. மூணு மாசம் அட்வான்ஸ். அட்வான்ஸ் இப்பவே வாங்கிக்கிறீங்களா?'

வீட்டுக்காரன் சற்றுத் தயங்கினான்.

'சேகர். காருக்குப் போய் என் செக் புஸ்தகம் இருக்கும்; எடுத்துட்டு வா.'

'செக்கா நான் வாங்கிக்கிறது இல்லீங்க. நீங்க பணமாக கொடுத்துடுங்க. அவசரமில்லை.'

'இல்லை. உடனே செட்டில் பண்ணிடறது நல்லது இல்லையா? உங்களுக்குப் பணமா வேணும்னா ஒரு மணியிலே பாங்குல போய் மாத்திக்கிட்டு வந்துடறேன்.'

'இன்று செவ்வாய்க்கிழமை. பணம் வாங்கக் கூடாதுங்க. நீங்க நாளைக்குக் கொடுக்கலாம்; அவசரமில்லை. மாலை நாலு மணிக்கு மேலே வாங்க.'

அவர்கள் சற்று ஏமாற்றத்துடன்தான் சென்றார்கள்.

'என்னங்க?' என்றார் பெரியவர்.

'என்ன?'

'முந்நூற்றைம்பது ரூபாய். நல்ல வாடகை. உணவுக் கார்ப்ப ரேஷன்ல இருக்காரு. உங்களுக்கு நல்ல அரிசி, கன்ட்ரோல்

விலைக்குக் கிடைக்கும். இதைவிட நல்ல டெனன்ட் உங்களுக்குக் கிடைக்கமாட்டாங்க. பேசாம அட்வான்ஸை வாங்கிக்கிறது தானே? செவ்வாய்க்கிழமையாவது ஒண்ணாவது?'

'எனக்குப் பணம் முக்கியமில்லீங்க.'

'இவங்களுக்கு என்ன வந்திடுச்சு? சின்னக் குடும்பம். வசதியான ஆளு.'

'இன்னும் பார்க்கலாமே. நீங்க சாப்பிட்டாச்சுங்களா?'

'நான் காலையிலேயே டிபன் சாப்பிட்டாச்சு. கொஞ்சம் சில்லறை ஏதாவது புரளுமான்னு' என்று அசட்டுத்தனமாகச் சிரித்தார்.

'எத்தனை?'

'பத்து ஐந்து ரூபாய்?'

'ரேஸா?'

மறுபடி அசட்டுத்தனமான சிரிப்பு.

வாசலில் செருப்புச் சப்தம் கேட்டது. 'சார்?'

வீட்டுக்காரன் வெளியே வந்தான். கையில் ஒரு காக்கிப் பையை வைத்துக்கொண்டு ஓர் இளைஞன் நின்றுகொண்டிருந்தான்.

'485-ம் நம்பர் இதுதானே?'

'ஆமாம்.' ஊதுவத்தி வியாபாரியோ?

'பார்த்தசாரதின்னு ஒருத்தர் இந்த வீடு வாடகைக்கு விடப் போறாங்கன்னு தகவல் சொன்னார். பார்த்துட்டுப் போகலாம்னு...'

'இப்ப வந்தீங்களே... நான் சாப்பிடப் போகலாம்னு கிளம்பிக் கிட்டிருக்கேன்.' வாசலோரத்தில் தயங்கி நின்ற பெண்ணைப் பார்த்துவிட்டான்.

'பரவாயில்லை. உள்ளே வாங்க' என்றான்.

'காவேரி, வா' என்றான் இளைஞன். அந்தப் பெண் உள்ளே வந்தாள். அந்தப் பெண் அந்த இளைஞனின் அக்கா போல

இருந்தாள். வாட்டசாட்டமான உடல். அடர்த்தியான கேசம். இளைஞனின் கரத்திலும் அவள் கழுத்திலும் மஞ்சள் கயிறு தெரிந்தது. அவள் நகைகளில் புதுத் தங்கம் தெரிந்தது. கால்களில் மெட்டி. புது மனைவி.

'நீங்கதான் சொந்தக்காரரா?'

'ஆமாம், வாங்க, பாருங்க.'

'வீடு நல்லா இருக்கு இல்லை?'

காவேரி மெதுவாகத் தலைநிமிர்ந்து சற்று அச்சத்துடன் சுற்றிப் பார்த்தாள். எத்தனை மெல்லிய உதடுகள்.

'சமையலறை இதுதான். இதுதான் ஷோ கேஸ், பெட்ரூம், பாத்ரூம், ஹால். நீங்க தமிழ்க்காரங்கதானே?'

'ஆமாம்.'

'நானும் தமிழ்தான். எங்கே வேலையா இருக்கீங்க?'

'ஐ.டி.ஐ.'

'ஷிப்ட் மாதிரியா?'

'ஆமாம்.'

'இங்கே பக்கத்தில் ஐ.டி.ஐ. பஸ் வருது. மார்க்கெட் நடை தூரம். இருபத்து நாலு மணி நேரமும் தண்ணி வரும். டாங்க் வேற தனியா இருக்கு.'

'வீடு நல்லாத்தான் இருக்குங்க. ஆனா என்னாலே நிறைய வாடகை கொடுக்க முடியாதுன்னு நினைக்கிறேன்.'

'ஏன், எத்தனை கொடுக்க முடியும் உங்களாலே?'

'இந்த மாதிரி வீடு ரெண்டு மூணு பார்த்தேங்க. வாடகையைக் கேட்டா பயமா இருந்தது. நான் ஒண்ணும் பெரிய வேலையிலே இல்லைங்க.'

'அதிருக்கட்டும். உங்களாலே எத்தனை முடியும் சொல்லுங்க. இத பாருங்க; எனக்கு வாடகை முக்கியமில்லை, மனுசங்கதான் முக்கியம். நீங்க நம்ம தமிழ்க்காரரா இருக்கீங்க. எத்தனை

கொடுக்க முடியும்னு சொல்லுங்க.'

காவேரி மாடிப் படிகளைப் பார்த்தாள். இளைஞன், 'மாடி இருக்குதா?' என்றான்.

'ஆமாங்க. இதே மாதிரி மாடியிலே ஒரு போர்ஷன் இருக்குது.'

'அங்கே?'

'நான்தான் இருக்கப் போறேன்.'

'நீங்கன்னா?'

'நானும் என் மனைவியும் இருப்போம். அவ ஊருக்குப் போயிருக்கா. இரண்டு மாசத்திலே வருவா.'

'அப்படியா? இவளுக்கும் பேச்சுத் துணையா இருக்கும். எல்லாம் சரிதான். வாடகையைச் சொல்லலியே நீங்க?'

'வாடகை என்னாங்க வாடகை? அதிகமா மிஞ்சிப் போனா இருநூற்று அம்பதுக்கு மேலே போகாதுங்க.'

'வரேங்க.'

'ஏன்?'

'இருநூற்றைம்பது எனக்கு ஜாஸ்தி. ரொம்ப ஜாஸ்தி.'

'எவ்வளவு கொடுக்க முடியும்?'

'மிஞ்சினா இருநூறு ரூபாய் கொடுக்க முடியும் என்னாலே. மன்னிச்சுக்கங்க. இந்த வீட்டுக்கு இதைவிட நிச்சயம் அதிக வாடகைக்கு வருவாங்க.'

'பிரதர், எனக்கு வாடகை முக்கியமில்லேன்னு சொன்னேனே. உங்களைப் பார்த்தா என் அக்கா பையன் ஒருத்தன் ராணுவத்திலே இருந்தான். அவன் மாதிரி இருக்கீங்க. பாகிஸ்தான் சண்டை யிலே போயிட்டான். உங்களை எனக்குப் புடிச்சுப் போயிடுச்சு. இருநூற்று இருபத்தைந்து கொடுங்க. முடிச்சுடலாம்.'

'இருநூறு என்கிறதே நான் நூத்தம்பதிலேருந்து ரப்பரா இழுத்ததுங்க. அதுவே எனக்கு அதிகம்.'

'அட்வான்ஸ் எவ்வளவு தருவீங்க?'

'இரண்டு மாசம் தரேன்.'

வீட்டுக்காரன் யோசித்தான். காவேரி ஜன்னலுக்கு வெளியே பார்த்துக்கொண்டிருந்தாள். காவேரி சிவப்பாக இருந்தாள். அழகுக் காவேரி.

'சரிங்க' என்றான். 'இருநூறு கொடுங்க. இரண்டு மாச அட்வான்ஸ் கொடுங்க, போதும்.'

இளைஞன் சற்று ஆச்சரியத்துடன் பார்த்தான்.

'பணம் கொண்டு வந்திருக்கீங்களா?'

'இல்லீங்க.'

'செக்கா இருந்தாக்கூடப் பரவாயில்லை. உடனே முடிச்சுடறது நல்லது இல்லையா?'

'செக் புஸ்தகம் கொண்டு வரலிங்க.'

'பரவாயில்லை. நாளைக்குக் காலையிலே கொடுங்க.'

'இவர் யாருங்க பெரியவரு?'

'இவர் என் மாமன்' என்றான்.

'சே, மடத்தனம். செக் புஸ்தகம் கொண்டுவந்திருக்கலாம். இல்லை, காவேரி?'

'பரவாயில்லைங்க. நான் உங்களுக்காகக் காத்திருக்கேன்.'

'நீங்க மத்தியானம் மூணு மணி சுமாருக்கு இங்கே இருப்பீங்களா?'

'இருக்கேன்.'

'அப்ப நான் திரும்பப் போய்ட்டுப் பாங்கிலே போய்ப் பணத்தை எடுத்துட்டு வந்துடறேன். இன்னிக்கே கொடுத்துடறேன்.'

'உங்க இஷ்டப்படி செய்யுங்க.'

'அப்புறம் உங்க மனசு மாறிப்போய்டுச்சுன்னா ஒரு நல்ல வீடு கைவிட்டுப் போயிடும், பாருங்க.'

'இல்லீங்க; உங்க மாதிரி மனுசங்களுக்காக நான் காத்திருப்பேங்க. நான்தான் சொன்னேனே, எனக்குக் காசு பெரிசில்லே.'

காவேரி, உன் கண்கள் பெரிசு.

இளைஞன் உற்சாகத்துடன் தன் மனைவியை அழைத்துக் கொண்டு சென்றான்.

'ஏங்க. எப்பலேந்து நான் உங்க மாமனானேன்?'

'கேட்டுக்கிட்டு இருந்தீங்களா? தனி ஆசாமின்னா பயப்படுவாங்க. அதுக்காகத்தான் எனக்கு ஒரு சம்சாரத்தையும் ஏற்படுத்திக்கினேன்.'

'அவங்க முந்நூத்தம்பது தரேன்; மூணு மாசம் அட்வான்ஸ் தரேன்னாங்க; தட்டிக் கழிச்சிட்டிங்க. இப்ப இவங்க...'

'எனக்குக் காசு பெரிசில்லை; தெரியுமா உங்களுக்கு? மனுசங்க தான்.'

'ஆமாமாம். உங்களுக்கு ரொம்ப பெரிய மனசுங்க. அப்ப... சில்லறை?'

வீட்டுக்காரன் பெரியவரிடம் ஐந்து பத்து ரூபாய் கொடுத்தான். 'இத்தோட மொத்தம் நூத்தம்பது ஆகுது.'

'சாயங்காலம் எடுத்துருவேன். ஒரு குதிரை வந்தாப் போதுமே. வரேங்க.'

வெளியே சென்று தெருவில் இறங்கிய பெரியவர் 'கயவாளிப் பய' என்று முணுமுணுத்துக்கொண்டே நடந்தார்.

பஸ் ஸ்டாண்டில் அவர்கள் நின்றுகொண்டிருந்தார்கள்.

'நல்ல வீடு இல்லே?'

'ம்' என்றாள் காவேரி.

'இன்னிக்கு நமக்கு அதிர்ஷ்டம். முன் பக்கம் இருக்கிற ரூமை பெட்ரூமா வெச்சுக்கலாம். நல்ல கர்ட்டன் துணி எல்லாம் தொங்கவிடலாம். வீட்டுக்காரன் நல்லவன். இருநூறு ரூபாய்க்கு

இந்த மாதிரி வீடு கனவிலேகூட நினைக்க முடியாது. இன்னிக்கே போய்ப் பணத்தைக் கொடுத்து முடிச்சுடலாம்.'

காவேரி ஸ்பஷ்டமாக நிதானமாகச் சொன்னாள்: 'அந்த வீடு வேண்டாம்.'

'என்னது?'

'இப்ப இருக்கிற ஒரு ரூமிலேயே வருஷக் கணக்கா இருந்தாக் கூடப் பரவாயில்லை. அங்கே நாம் போக வேண்டாம்.'

'ஏன் காவேரி? ஏன்?'

'அவன் என்னைப் பார்த்த பார்வை சரியா இல்லை.'

இளநீர்

இந்தியா. ஏதோ ஓர் ஊர். ஒரு தினத்தின் முற்பகல்.

ஊரின் கடைகள் எல்லாம் மூடியிருந்தன. சுவர்களில் புதிய, கசியும் சிவப்பில் 'அவர்களைக் கொல்லுங்கள்' என்று பெரிதாக, கோணலாக எழுதியிருந்தது. தெருவில் ஆரவாரம் எதுவும் இல்லை. அமானுஷ்யமான மௌனம். வீடுகளின் ஜன்னல்களும் கதவுகளும் மூடப்பட்டு, கிறித்துவ வேதத்தின் ஜட்ஜ்மெண்ட் தினம் போல் இருந்தது.

ஒரு ஜீப் ஆரவாரித்துக்கொண்டு வந்தது. அதன் மேல்பாகம் திறந்திருந்தது. அதில் சுமார் பதினைந்து பேர் நின்றுகொண்டும், ஸ்திரமற்று உட்கார்ந்துகொண்டும் அடைத்திருந்தார்கள். ஜீப்பை ஓட்டிய இளைஞனின் வாயில் சிகரெட் தொங்கியது. நெற்றியில் கைக்குட்டை கட்டியிருந்தான். அனாவசிய வேகத்தில் அதை ஓட்டிக்கொண்டிருந்தான். அடிக்கடி கியர் மாற்றிக் கொண்டிருந்தான். சுருண்டு எழுந்த புகைப்படலம் பின்தொடர ஆர்ப்பாட்டமாகச் சென்றுகொண்டிருந்த அந்த வண்டிக்கு இலக்கே எதுவும் இல்லை போல் இருந்தது. நேராகச் சென்று நின்று ரிவர்ஸ் அடித்து மறுபடியும் ஆரவாரமாகச் சென்றது. ஜீப்பின் நடுவில் ஒருவன் மூங்கில் கம்பில் ஒரு பெரிய கொடி பிடித்துக் கொண்டிருந்தான். கொடி காற்றில் துடித்து ஆடியது. அவன் அருகில் மற்றொருவன் கொஞ்சம் தலைவன் போல் இருந்தான். கையில் ஒரு ரைஃபிள் வைத்திருந்தான். அதை வானத்தை நோக்கிச் சில தடவைகள் சுட்டபோது மரங்களில் இருந்து பறவைகள் படபடத்து விலகின.

அவர்கள் யாவரும் ஜால்ராக்களும், டப்பாக்களும், சலங்கை களும், இரும்புச் சாதனங்களுமாக ஆர்ப்பரித்துக் கொண்டிருந் தார்கள். வெற்றி - வீரம் - ரத்தம் - போர் போன்ற வார்த்தைகளை உபயோகித்துக் கத்தித் தொண்டை கம்மிப் போயிருந்தார்கள்.

அவர்கள் அவ்வளவு தூரம் தெருவில் சத்தமிட்டும் அந்தக் கதவுகள் திறக்கவில்லை. அந்த ஜனங்கள் வெளிவரவில்லை.

'சிறிய ஊர்' என்றான் ஒருவன்.

'பயந்துகொண்டார்கள்' என்றான் இன்னொருவன்.

'ஃப்ரீ இண்டியா ரெஸ்டாரண்ட். நிறுத்து ஜீப்பை. உடை கதவை' என்றான் போர்டுகளைப் படித்துக்கொண்டு வந்தவன்.

சரமாரியாக அந்த ஃப்ரீ இண்டியா ரெஸ்டாரண்டின் மூடிய கதவுகளின்மேல் கற்கள் விழுந்தன.

'நிறுத்தாதே போ. டவுன் பக்கம் விடு' என்றான் தலைவன்.

'டவுன் பக்கம், டவுன் பக்கம்' என்று ஜால்ராவுடன் அவர்கள் பாடினார்கள்.

'நம் நாடு.'

'நமதே.'

'நம் மொழி.'

'நமதே.'

ஜீப் புதிய வழியில் சற்றுத் தூரம் சென்றது.

'இளநீர், இளநீர்' என்றார்கள்.

ஒரு மரத்தினடியில் ஒரு கிழவன் இளநீர்க் கொத்துக்களை வைத்து இளைப்பாறிக்கொண்டிருந்தான்.

ஜீப் விசுக்கென்று நின்றது. அவர்கள் துள்ளிக் குதித்து வெளி வந்தார்கள். தூரப்பார்வை குறைந்த அந்தக் கிழவன் சலனம் இல்லாமல் உட்கார்ந்திருந்தான்.

'தாத்தா, இளநீர் விற்கிறாயா?' என்று கேட்டான்.

கிழவன் நிமிர்ந்தான். 'ஏன்?' என்றான்.

'தாத்தா, இன்றைக்கு எல்லாம் பூரா பந்த். இன்றைக்கு ஒன்றும் விற்கக்கூடாது தெரியுமா?'

'தாத்தா, அரிவாள் இருக்கிறதா?' என்றான் மற்றொருவன். அவர்கள் அந்த இளநீர்க் கொத்திலிருந்து ஆளுக்கு ஒன்று எடுத்துக் கொண்டார்கள்.

'விடுங்கள். நான் தருகிறேன்' என்றான் கிழவன்.

'தாத்தா, நீ கிழவன். இன்றைக்கு வியாபாரம் பண்ணாதே.'

'ஏன்?'

'நம் மாநிலமே இன்றைக்கு பந்த். கதவடைப்பு. எதிர்ப்பு.'

'அப்படியா? என் இளநீரைக் கொடுத்து விடுங்கள். எனக்குக் கணக்கு தெரியவில்லை.'

'தாத்தா, அரிவாள் இல்லையா?'

'காசு தருகிறாயா? அரிவாள் தருகிறேன்.'

'தா' என்றான்.

'காசு?'

'தருகிறேன், தா.'

கிழவன் சாக்குக்கு அடியில் இருந்த அரிவாளை எடுத்துக் கொடுத்தான்.

அந்த இளைஞன் புன்னகையுடன், 'இளநீரை வெட்டவா தாத்தா, உன் தலையை வெட்டவா?' என்றான்.

கிழவன் சிரித்தான்.

தலைவன் போலிருந்தவன் மற்றவர்களைக் கட்டுப்படுத்தினான். 'கிழவன் மூத்தவன், அவனுக்குத் தெரியாது. தாத்தா, உன் இளநீரைச் சுருட்டிக் கொள்' என்றான்.

'ஏன்?'

'யாரும் வாங்க மாட்டார்கள். எல்லாக் கதவுகளும் அடைத்திருக் கின்றன.'

'ஏன்?'

'நம்மவர்களை வேறு ஊர்களில் அடித்துக் கொல்கிறார்கள். அதற்கு எதிர்ப்பு.'

கிழவனுக்குப் புரியவில்லை. 'என் அரிவாளைக் கொடு' என்றான்.

அரிவாளால் முகத்தைச் சொறிந்துகொண்டவன், அதை ஷிக் என்று சுழற்றி வெட்டினான். 'இப்படித்தான் வெட்டவேண்டும்' என்றான்.

'இல்லை; கைகள் போதும்!' என்று ஒருவன் மானசீகமாகக் கழுத்தை நெரித்தான்.

'எல்லா விதத்திலும் நமக்கு அநியாயம். எண்ணிக்கையில் நம் பாஷை பேசுபவர்கள்தான் அதிகம். சென்ஸஸ் தப்பு. பொய்... அப்புறம் அவர்கள் குண்டர்களை வைத்து நம்மை அடித்தால் நாம் அவர்களை அடிக்க எவ்வளவு நேரமாகும்.'

'அங்கேயே போய்விடலாம், ஒரு படை திரட்டிக்கொண்டு. நம் சகோதரர்கள், நம் சகோதரிகள் அங்கே பாதுகாப்பு இன்றி இருக்கிறார்கள். அங்கே நாம் போக வேண்டும்... இன்னும் படை திரட்டி, இன்னும் ஆயுதம் சேர்த்து, இன்னும்...'

'கவர்ந்த புடைவைகளைக் கொடி போல் கட்டித் தெருவில் ஓடினார்களாம்.'

'தீர்த்துக்கட்ட வேண்டும். அதற்கு வேளை வந்துவிட்டது.'

பிரேம் என்பவனும் அவன் இளம் மனைவியும் ஒரு மலை வாசஸ்தலத்தில் சில தினங்கள் கழித்துவிட்டுத் தன் சொந்த ஊர் திரும்பிக்கொண்டிருந்தார்கள். இரு மாநிலங்களின் எல்லையில் இருந்து அந்த ஊரைக் காரில் கடந்தார்கள். ஐந்து மணி நேரம் தொடர்ந்து கார் ஓட்டியதால் அவன் களைத்திருந்தாலும், தன் புதிய மனைவியுடன் அவன் வெளி உலகை மறந்து கழித்த புதிய ஆச்சரியங்கள் நிறைந்த கணங்களின் ஞாபகத்தில் உற்சாகமாகவே இருந்தான். அவனுடன் அருகில் ஒட்டிக்கொண்டு உட்கார்ந்

திருந்த அவன் மனைவியின் தலை வகிட்டின் ஆரம்பத்தில் குங்குமம் இருந்தது. பொம்மைபோல் இருந்தாள். ஓரிரண்டு தடவையே கழிந்த கன்னியாக அந்த ஞாபகத்தில் அவள் உடம்பில் இலேசான பூரிப்பு இருந்தது. கன்னங்கள் நாணத்தினாலும் வெயிலினாலும் சிவந்திருந்தன.

'எல்லாக் கடைகளும் பூட்டியிருக்கின்றனவே ஏன்?' என்றாள் அவள்.

'லஞ்ச் நேரமாக இருக்கலாம். இந்தப் பிரதேசத்து ஜனங்களே சோம்பேறிகள்' என்றான். அவள் தொடையின் மேல் கை வைத்தான். அவள் அந்தக் கையை ஒதுக்கி ஸ்டீயரிங்கின்மேல் வைத்து 'அப்புறம்' என்றாள்.

'பிரேம், அதோ பார்' என்றாள்.

தூரத்தில் மர நிழலில் ஒரு கிழவன் இளநீர்களைச் சேகரித்துக் கொண்டிருந்தான். அருகே சில இளைஞர்கள் இளநீர் குடித்துக் கொண்டு சிதறி நின்றுகொண்டிருந்தார்கள்.

'இளநீர் விற்கிறான். எனக்குத் தாகமாக இருக்கிறது' என்றாள்.

'ஓகே. மேம்ஸாபின் கட்டளை' என்றான்.

தூரத்திலிருந்து அந்த ஃபியட் கார் வருவதை அவர்கள் பார்த்தார்கள். வேகம் குறைந்து அது நின்றது. அதன் முன் பக்கத்தில் ஓர் இளைஞனும் பெண்ணும் ஒட்டிக்கொண்டு உட்கார்ந்திருந்தார்கள்.

அந்த இளைஞன் நவீனமாக உடை அணிந்திருந்தான். அவன் காரின் கதவைத் திறந்துகொண்டு ஒரு தடவை தன் கைகளை உயர்த்திச் சோம்பல் முறித்துக்கொண்டான். பைக்குள் கைவிட்டு பர்ஸை எடுத்துக்கொண்டு கிழவன் அருகில் சென்றான். அவன் சலனத்தை அவர்கள் விடாமல் கவனித்தார்கள். அந்தப் பெண் அவர்களைப் பார்த்தாள். தலை கலைந்த இளைஞன் ஒருவன் அவளைப் பார்த்துப் பளீர் என்று பற்கள் தெரியச் சிரிப்பதைப் பார்த்துத் தலைகுனிந்துகொண்டாள்.

'கித்னா?' என்றான் பிரேம்.

கிழவன் புரியாமல் 'என்ன?' என்றான்.

'கித்னா? ஹௌ மச்?' என்று இளநீரைத் தொட்டுச் சாடை காட்டினான்.

கிழவன் அருகே நின்றவர்களைப் பார்த்தான். அவர்களில் தலையில் கர்ச்சீப் கட்டி இருந்தவன், 'வா' என்று மற்றொருவனை அழைத்தான்.

அவர்கள் அவனை மெதுவாக நெருங்கினார்கள்.

'தாத்தா, இவனுக்கு இளநீர் கொடுக்காதே.'

அந்த இளைஞன், கிழவன் இருவரும் புரியாமல் விழித்தார்கள். மேலும் சிலர் அருகே வந்தார்கள்.

'நீ எந்த மாநிலத்தவன்?'

பிரேம் ஆங்கிலத்தில் 'மன்னிக்கவும். எனக்கு உங்கள் பாஷை தெரியாது. ஆங்கிலத்தில் பேசுங்கள்' என்றான்.

'கோபால், இவனை இங்கிலீஷில் கேள்.'

கோபால் என்பவன் ஆங்கிலத்தில் 'நீ எந்த மாநிலம்?' என்றான்.

பிரேம், 'நான் ஓர் இந்தியன்' என்றான்.

'பிரேம், இளநீர் வேண்டாம் வா, போகலாம்' என்று கலவரத்துடன் கூப்பிட்டாள் அந்தப் பெண். அவள் எதிரே ஒருவன் நின்று கொண்டு அவளையே பார்த்துக்கொண்டிருந்தான்.

பிரேமுக்கு அந்த இடத்தின் உஷ்ணம் திடீரென்று உறைத்தது. அந்த இளைஞர்களின் முகத்தில் விரோதம் தெரிந்தது. அந்த ரைஃபிள் தெரிந்தது. அந்த சலங்கைகள், அந்த ஜால்ரா, கம்புகள், அந்தக் கொடி...

'தேர் இஸ் நோ இண்டியா மிஸ்டர்.'

'இவன் அவர்களைச் சேர்ந்தவன்தான்.'

'ஆம், ஆம், ஆளைப் பார்த்தாலே தெரிகிறது.'

'பிரேம், ப்ளீஸ். வந்துவிடு. எனக்குப் பயமாக இருக்கிறது.'

இப்போது அவனை அவர்கள் சூழ்ந்திருந்தார்கள். அவன் சட்டையை அவர்களில் ஒருவன் தொட்டுத் துணியின் சன்னத்தைப் பரிசோதித்தான்.

'மீசை அழகாக வைத்திருக்கிறான் பார்?'

பிரேம் கிளம்ப முயற்சி செய்தான். அவர்களை நட்புடன் விலக்கினான். அவர்கள் வழிவிடவில்லை.

'விடுங்களேன், அவனை. இளநீர் குடிக்கட்டும்' என்றான் கிழவன்.

'உங்கள் மாநிலத்தில் எங்கள் ஆசாமிகளைக் கொன்றிருக் கிறார்கள்' என்றான் கோபால்.

'எனக்கு மாநிலம் கிடையாது, எனக்கு மாநிலம் கிடையாது.'

'தப்பிக்கப் பார்க்கிறான்.'

'நீ பேப்பர் பார்க்கவில்லையா? இன்று இந்த மாநிலம் முழுவதும் கதவடைப்பு. என்ன தைரியம் இருந்தால் நீ கார் ஓட்டிச் செல்வாய்?'

'மன்னிக்கவும், சென்ற மூன்று தினங்களாக நான் பேப்பர் பார்க்கவில்லை.'

'உன் சொந்த ஊர் எது?'

'பிரேம்' என்றாள் அவள் கவலையுடன்.

பிரேம் சற்றுப் பயத்துடன் புன்னகை செய்தான். 'ப்ளீஸ். எனக்கு வழிவிடுங்கள்.'

'இன்று கார் ஓட்டக் கூடாது.'

'சரி, சரி! நான் திரும்பச் சென்று ஓரத்தில் நிறுத்தி விடுகிறேன். எனக்கு வழிவிடுங்கள்.'

'காலைத் தொட்டு வணங்கு. வழி விடுகிறோம்.'

'பிரேம், பிரேம்' என்றாள் அவள்.

'ஊரைச் சொல்லமாட்டேன் என்கிறான் பார்.'

சிலர் அவன் மனைவிக்கு முன் கிராமிய நடனம் ஆடிக் கொண்டிருந்தார்கள்.

அவன் சற்றுத் தயங்கினான். சற்றுத்தான். அவன் நெற்றியில் வியர்வை முத்துக்கள் தெரிந்தன.

'என்ன செய்ய வேண்டும்?'

'வணங்கு.'

'சரி' என்று அவன் குனிந்து தொட்டு நிமிர்ந்தான். 'திருப்திதானே' என்றான்.

'அவளையும் கும்பிடச் சொல்.'

'உன் மனைவியையும் வணங்கச் சொல்.'

அவர்களில் சிலர் காரின் அருகே சென்று அதன் கதவைத் திறந்து, 'வா வெளியே' என்று அவளிடம் கத்தினார்கள்.

அவள் பயந்து சீட்டின் ஓரத்தில் ஒதுங்க முற்பட அந்த ஜன்னல் வழியாக முகங்கள் தெரிந்து சிரித்தன. ஒருவன் அவளை மார்பில் தொட்டான்.

அப்போது அந்த இடத்தில் திடுமென எரிமலை வெடித்தது. அந்த இளைஞன் திமிறி விலக்கிக்கொண்டு, 'விடு அவளை' என்று கார் அருகே ஓடி அவர்களைத் தள்ளினான். அவர்கள் அவன் சட்டையைப் பிடித்தார்கள். அந்தப் பெண் பீதியுடன் கதவைத் திறந்து அவனை அனுமதிக்க முயற்சி செய்ய, அவனால் உள்ளே செல்ல முடியவில்லை. காரின் பானெட்டில் மூன்று பேர் ஏறி உட்கார்ந்துகொண்டார்கள். இளைஞன் மிக மிக பலத்துடன் தன் காரில் நுழைந்து அதைக் கிளப்ப முயற்சி செய்தான். அவர்கள் அவனை முரட்டுத்தனமாகப் பிடித்து வெளியே இழுத்தார்கள். அவன் கண்மூடித்தனமாக 'மடேர் மடேர்' என்று யாரையோ அடித்தான். அவன் உடைகள் கிழிந்தன. அவர்கள் அவன் மேல் பரவினார்கள்.

இப்போது அந்தச் சிக்கலான கூட்டத்தில் அந்த இளைஞனும் பெண்ணும் எங்கிருக்கிறார்கள் என்பது தெரியவில்லை. காரின் உள்ளே இருந்த பொருட்கள் வெளியே சிதறின. A Marriage Manual, அந்தப் பிரதேசத்தின் ரோட் மேப், தண்ணீர் பாட்டில், வளையல்கள்... முத்து...

காரின் உச்சியில் ஒருவன் ஏறிக்கொண்டு நடனமாடினான். கார் சீராக ஆடியது.

பிரேமின் குரல் ஹீனமாகக் கேட்டது... 'உங்களைப் போல் ஆயிரக்கணக்கில் அங்கே இருப்பதை நினைத்துப் பாருங்கள்... நான் ஓர் இந்தியன் நான்...'

'கோபால், ரைஃபிளை எடு.'

அங்கிருந்து சற்றுத் தூரத்தில் சாலையில் சுதந்தரமாகத் திரிந்து கொண்டிருந்த வற்றிப் போன பசு ஒன்று வெடிச் சத்தத்தைக் கேட்டுத் திரும்பிப் பார்த்தது.

காணிக்கை

என் பேர் சீமாச்சு. சீரங்கம் கோயில்லே தெற்கு கோபுர வாசல்லே மூக்கிலே ஈயை விரட்டிண்டு உக்காந்திண்டிருக்கேனே, நான் தான். நாயுடு கடையிலே தந்தி பேப்பர் பார்த்துட்டு யாராவது வராளான்னு காத்துண்டு இருந்தேன். யாரும் வல்லை. பஸ் நிறைய மொட்டை அடிச்சுண்டு சந்தனம் தடவிண்டு ஒரு டூரிஸ்ட் கும்பல்தான் வந்து இறங்கித்து. சில்லறை புரளாது. எல்லோரும் கோவிந்தா கோவிந்தான்னு கோஷ்டியாகக் கத்திட்டு மொத்தமா பத்து பைசா கொடுக்கும். பத்து பைசா எனக்குப் போறாது.

கோயிலுக்கு வரப்பட்ட மனுஷாளை அழைச்சுண்டு போய்ச் சுத்திக் காமிச்சுட்டுப் பெருமாள் சேவை பண்ணி வெச்சுட்டு அவா குடுக்கிறதை வாங்கிண்டு அன்னன்னிக்குக் காலட்சேபம் நடக்கிறது எனக்கு...

சீரங்கம் கோயில் இப்பல்லாம் முன்னைப்போல் இல்லை. முன்னே உத்ஸவம் எல்லாம் நிறுத்தி நிதானமா நடக்கும். ஜாஸ்தி கூட்டமும் கிடையாது. பிரபுக்கள்ளாம் வருவா. எம்மாதிரி ஆசரதம் பண்றவாளுக்குத் தினப்படி குறைவில்லாம கிடைக்கும். பிரசாதம் கிடைக்கும். இப்ப? பெருமாளே கடிகாரம் கட்டிண்டு ஓடறார். மணிப்பிரகாரம், நேரப் பிரகாரம், டாண் டாண்ணு புறப்பாடுகளும் உத்ஸவங்களும் நடந்து ஆகணும். எதுக்கெடுத் தாலும் டிக்கெட்டு, எங்கே பார்த்தாலும் சங்கிலி, மூங்கில். 'இங்கே போகாதே, அங்கே போ...' எல்லாத்துக்கும் கணக்கு. கோயில் தோசைக்கு, பிரசாதத்துக்கு, அதிரசத்துக்கு, பட்டைச் சாதத்துக்கு, யானைக்கு, நாமக்கட்டிக்கு... எல்லாத்தையும்

ஆபீஸிலே ஒக்காண்டு பேரேடு புஸ்தகத்திலே எழுதிண்டிருக்கா. தமிழிலே அர்ச்சனை பண்றா. ரங்க மண்டபத்திலே கிளிக் கூண்டு எல்லாம் காலியா இருக்கு. வெள்ளைக்காரா நிறையப் பேர் வரா. ரொம்ப மாறிப் போயிடுத்து.

நான் சின்ன வயசிலே சீமான் தாங்கியா இருந்தேன். மாசா மாசம் சம்பளம் வந்துண்டிருந்தது. ஒரு தடவை வையாளி உத்சவத்தின் போது முழங்கால் மளுக்குன்னு புடிச்சுண்டுடுத்து. புத்தூர் வைத்தியன்கிட்டே காட்டினதிலே பாதி இருந்த சப்பையை முழுக்கவே திருப்பிட்டான். இங்கிலீஷ் வைத்தியத்துக்குப் போனா 'இப்ப வந்தியா?'ன்னு திட்டினான். என்ன ஆச்சு? கால்லே நிரந்தரமா வலி. பெருமாளை ஏளப் பண்ண முடியலை. வேலை போச்சு. தெற்கு வாசலிலே யாராவது வரமாட்டாளான்னு உக்காந்துட்டேன்.

என் தகப்பனார் பன்னெண்டு வயசிலே என் படிப்பை நிறுத்திட்டார். அவர் சீமான் தாங்கியா இருந்தார். என்னையும் இழுத்துவிட்டுட்டார். சின்ன வயசிலேருந்து இந்தக் கோயிலைச் சுத்தித்தான் நான் வளர்ந்திருக்கேன். எட்டு வயசிலே பங்குனி ரதத்துக்கு டமாரம் அடிக்க ஆரம்பிச்சேன். பாடசாலையிலே சேந்து நாலாயிர திவ்யப் பிரபந்தம் முழுக்க அடி வரவோட பாடமாச்சு. இந்தப் புகையிலைப் பழக்கம் வந்ததும் நாக்குப் புரள மாட்டேங்கிறது. கோஷ்டி சொல்லிண்டு இருந்தேன். எல்லாம் நின்னு போச்சு.

பதினெட்டு வயசில எனக்குக் கல்யாணம் பண்ணி வெச்சார் அப்பா. கல்யாணம்னா என்னன்னு பிரமிப்பு தீர்றதுக்குள்ளே இரண்டு குழந்தைகள் ஆயிடுத்து. ரெண்டும் பொண்ணு. அப்புறம் விரதம் இருந்து காப்பு கட்டி ஒரு புள்ளை. என் ஆஸ்திக்கு? போறுண்டான்னு சொல்றதுக்குள்ளேயே இன்னொரு பொண்ணு. ஆனா இப்பகூட என் ஆம்படையாளைப் பார்த்தா நாலுபுள்ளை பெத்தவன்னு சொல்ல முடியாது. சேப்பா ஒடிசலாத்தான் இருப்பா. பொண்ணு ரெண்டும் வெடவெடன்னு வளர்ந்துடுத்து. மாத்தி மாத்தி உக்காந்துருவா... கல்யாணம் பண்ணணும். எதிர் ஜாமீனை நெனைச்சா பகீர்ங்கிறது. ரவிக்கைக் கிழிசலை எத்தனை தடவை தெச்சாச்சு. அதுகளுக்கு ஒரு சீட்டித் துணி வாங்கிக் கொடுக்கிறதுக்குக் காசில்லை. நான் ஓர் ஏழைப் பிராமணன் சுவாமி.

புள்ளையாவது ஒழுங்கா இருந்தால் சமாளிக்கலாம். ஈஸிசேருக் குப் போடற மாதிரி துணியிலே ஒரு சட்டை வெச்சுண்டிருக்கான். போட்டோ ஸ்டுடியோவிலே போய்ப் பின் பக்கமா ஒளிஞ்சுண்டு சீட்டாடறான். இங்கே வாடான்னு கூப்பிட்டா எதிர்ப் பக்கம் போய்ப் புகையிலையைத் துப்பிட்டுத்தான் வருவான். ஆத்திலே காசு திருடறான். அதட்டிக் கேட்டால் ஓடிப் போய்டுவேன்னு பயங்காட்டறான். எங்கே போவான்? இன்னிக்குப் போனா நாளன்னிக்குத் திரும்பி வந்துடுவான்... சிரம ஜீவனம்.

இதையெல்லாம் மனசுக்குள்ளேயே நினைச்சுண்டு வருத்தப் பட்டுண்டே உக்காந்திருந்தேன். ரெண்டு நாளா ஒத்தைக் காசு பேறலை. கடன் கேக்கறவாளையெல்லாம் கேட்டாச்சு. 'பெரிய பெருமாளே, ரங்கநாதா, நீர்தான் எனக்கு இன்னிக்குக் காசு தரணும்'னு நினைச்சுண்டு 'இருளிரியச் சுடர்மணி'களைச் சொல்லிப் பார்த்துண்டேன்... என்னைப் பகவான் கேட்டுட்டார் போல, அந்தக் கார் வந்து சேர்ந்தது.

பெரிய கார். வையாளிக் குதிரை மாதிரி ஜிலுஜிலுன்னு சத்தமே இல்லாம வந்து நின்னுது. உள்ளே ரெண்டு பேர் உட்கார்ந் திருக்கா. நான் ஓடிப்போய்க் காதுலேருந்து காதுவரை இளிச்சுண்டு, 'வாங்கோ, வாங்கோ. செருப்பை இங்கேயே வெச்சுடலாம். அர்ச்சனைக்கு தேங்காய்ப் பழம் வாங்கிண்டு டலாம்'னு எட்டு வருஷமா சொல்லிண்டிருக்கிற பல்லவியை ஆரம்பிச்சேன்.

இரண்டு பேரும் கதவைச் சாத்திட்டு வெளியே இறங்கி வேஷ்டியைச் சரியாக் கட்டிண்டா. ரெண்டு பேருக்கும் கிட்டத் தட்ட ஒரே வயசுதான் இருக்கும். தரையிலே புரளப் புரள வேஷ்டி. கையகலத்துக்கு ஜரிகை. கழுத்திலே சங்கிலி. கையகல மோதிரம், குல்கந்து வாசனை. பிஸினஸ்காராளா இருக்கலாம். சினிமாக்காராளாவும் இருக்கலாம்.

காரை விட்டு வெளியே வந்தவா நான் ஒருத்தன் பக்கத்திலே நின்னுண்டிருக்கிறதையே கவனிக்காம சுத்திவர மிரள மிரளப் பார்க்கறா.

'செருப்பைக் கழற்றி வெச்சுடுங்கோ. சிகரெட்டை அணைச் சுடுங்கோ. இப்படி வாங்கோ'ன்னேன்.

இப்பத்தான் என்னை ஒருத்தன் பார்த்தான். ஆற அமரப் பார்த்தான்.

‘என்ன ஐயரே, வரவேற்பு பலமா இருக்கே’ன்னான். நான் சிரிச்சு, ‘தேங்காய் பழம் வாங்கிண்டு வரலாமே அர்ச்சனைக்கு’ன்னேன்.

‘தேங்காயும் வேண்டாம். மாங்காயும் வேண்டாம். நாங்க சும்மா சாமி பார்க்க வந்திருக்கோம். நாங்களே பாத்துக்கறோம்’னு கிளம்பிட்டாங்க. நான் விடலை.

‘எல்லா இடத்தையும் சுத்திக் காட்டறேன். இப்ப தர்ம சேவை நடக்கிறது. க்யூ பெரிசா இருக்கும். நான் அழைச்சுண்டு போய் சௌகரியமா சீக்கிரமா சேவை பண்ணி வைக்கறேன். நீங்க இஷ்டப்பட்டதைக் குடுங்கோ.’

‘வேண்டாம், அய்யரே. நாங்களே பார்த்துக்கறோம்.’

எனக்கு பீதி அதிகமாயிடுத்து. வேண்டாங்கறாளே?

‘மியூஸியம் காமிக்கறேன். தங்க விமானம் காண்பிக்கறேன், சில்பங்கள், சிலைகள் எல்லாம் காண்பிக்கறேன்...’ அவா கூடவே ஓடினேன்.

நின்னுட்டா. ‘சிலைகளா?’

‘ஆமாம்.’

‘எல்லாச் சிலைகளும் எங்கே இருக்குன்னு தெரியுமா உனக்கு?’

‘பேஷா.’

‘சரி, வா.’

‘கொஞ்சம் இருங்கோ, தேங்கா பழம்...’

‘வேண்டாம். சும்மா வாய்யா.’

‘சரி. கற்பூரார்த்தி எடுத்துட்டாப் போச்சு’ன்னு அவாளை அழைச்சிண்டு விடுவிடுன்னு நடக்க ஆரம்பிச்சேன்.

‘முதல்லே பெருமாளைச் சேவிச்சுடலாம். அப்புறம் திரை போட்டுடுவா.’

‘அது யாரு பெருமாளு?’

‘அதான் ஸ்ரீரங்கநாதர்.’

‘சாமி பேரா? அய்யரே, உம்ம பேர் என்ன?’

‘சீனிவாச அய்யங்கார்.’

‘ஓ, நீ அய்யங்காரா? அய்யருக்கும் அய்யங்காருக்கும் என்னய்யா வித்தியாசம்?’

‘அவா அத்வைதிகள்; நாங்க விசிஷ்டாத்வைதிகள்.’

‘தமாஷா இருக்குய்யா. என்ன பாலு, புரிஞ்சுதா.’

அவன் உதட்டைப் பிதுக்கினான். ‘இவம்மாதிரிதானே குடுமி ஒருத்தன் நம்ம குமாரசுவாமி கல்யாணத்துக்கு சமைக்க வந்தான். ரொம்ப நல்லா செஞ்சான். நீதானோ?’

‘இல்லை; நான் தளிகைக்குப் போறதில்லை’ன்னேன்.

ரங்க விலாசம், கருட மண்டபம், துவஜஸ்தம்பம் எல்லாம் காட்டிட்டு உள்ளே அழைச்சுண்டு போய் ஒரு கற்பூரார்த்தி டிக்கெட் வாங்கிண்டு க்யூவிலே நிக்காம சொகுசா இந்தப் பக்கமா தள்ளிண்டு போய் - கோவிந்தன் கத்தறான் - சன்னிதிக்குக் கூட்டிண்டு போய்ட்டேன்.

‘சேவிங்கோ, நன்னாச் சேவிங்கோ. கற்பூரார்த்தி ஆறது. உற்சவர் ஸ்ரீ ரங்கநாதர் ஸ்ரீதேவி, மூலவர் கிடந்த கோலமா இருக்கார். திருமுகம்தான் சேவை ஆகும். எண்ணெய்க் காப்புக்காக திருமேனியை உறைபோட்டு மறைச்சிருக்கா.’

அவாளுக்குப் பெருமாள் சேவிக்கிறதிலே கவனமே இல்லை. வந்த பொம்மனாட்டிகளையே கவனிச்சுண்டு இருந்தா. ‘வைரத்தைப் பார்றா ஜொலிக்கிறது’ங்கறான். ஒருத்தனுக்கொருத்தன் தாழ்வாப் பேசிண்டு சிரிச்சுண்டான்.

வெளியே வந்ததும், ‘இப்படியே பிரதட்சிணமா வந்துடுங்கோ. தங்க விமானத்தைப் பார்த்துட்டுத் தாயார் சன்னிதிக்குப் போய் விட்டு வந்துடலாம்’னேன்.

‘அதெல்லாம் வேண்டாம். சிலையெல்லாம் இருக்குன்னியே காட்டு.’

‘பேஷாக் காட்டறேனே, சேஷராயர் மண்டபத்திலே நிறைய இருக்கு.’

‘என்ன சிலை?’

‘குதிரை மேலே சண்டைக்குப் போறவாளை புலி வந்து ஆக்ரோஷமாத் தாக்கறாப்பலேயும் அவா புலிகளை ஈட்டியாலே குத்தறாப்பலேயும் அருமையான சிலைகள். இப்ப நன்னா சுத்தம் பண்ணி வைச்சிருக்கா. வெள்ளைக்காரா வந்து, எப்படிச் சுத்தம் பண்றதுன்னு சொல்லிக் கொடுத்தா.’

‘குதிரைச் சிலையா?’

‘ஆமாம்.’

‘வேண்டாம்... வேறே மாதிரி சிலை இருக்கா?’

‘வேற மாதிரின்னா... ஓஹோ அப்படியா? கிருஷ்ணன் கோயிலிலே இருக்கு. வாங்கோ அழைச்சுண்டு போறேன்.’

‘உனக்கு புத்திக் கூர்மை ஐயா’ என்றான் கறுப்புக் கண்ணாடிக் காரன்.

கிருஷ்ணன் கோயிலைச் சுத்திக் கோபிகாஸ்திரீகளோட சிலை முழுதும் காமிச்சேன். ஒவ்வொருத்திக்கும் ஒத்த கையாலே புடிச்சுடற மாதிரி இடுப்பு, குடம் மாதிரி ஸ்தனங்கள். நெத்திக்கு இட்டுக்கறாப்பலேயும், கண்ணாடி பார்த்துக்கறாப்பலேயும், சித்த தூரத்திலேயிருந்து பார்த்தால் உயிரோட இருக்கறாப்பலே இருக்கும்.

‘டேய், இங்கே பார்றா’ன்னான்.

மூலையிலே அந்தச் சிலை - ஒரு சின்னப் பொண்ணு - கிருஷ்ணர் வஸ்திராபஹரணம் பண்ணிட்டார். உடம்பிலே ஒண்ணுமே இல்லை. வெட்கப்பட்டுண்டு கன்னத்திலே கைவிரலை வைச்சுண்டு மத்த கையாலே மறைக்கப் பார்த்துண்டு, ‘கிருஷ்ணா, என் புடைவையைக் கொடுடா’ன்னு சொல்றாப்பலே...

‘வெள்ளைக்காரா நிறைய வருவாள் இங்கே. நிறைய போட்டோ எடுத்தா. படுத்துண்டும் நின்னுண்டும் உக்கார்ந்துண்டும் சுளீர் சுளீர்னு விளக்குப் போட்டு எடுத்தா... ஹொய்சாலி காலத்துச் சிற்பங்கள்.’

‘என்னது, ஒய்ஃபா?’

'ஒய்ஃபில்லே. ஹொய்ஸாலி காலம். அந்தச் சிற்பங்கள் இந்தக் கோயிலிலேயே ரொம்ப பிராசீனமானது.'

'பரவாயில்லே. ரொம்பத் தெரிஞ்சு வைச்சிருக்கீங்க.'

'ஸ்வாமி, எனக்கு ஹிந்தி, தெலுங்கு, கன்னடம், மராட்டி எல்லாம் கொஞ்சம் தெரியும். என் பொழைப்புக்கு எல்லாம் தெரிஞ்சுக்க வேண்டியிருக்கு... சேஷராயர் மண்டபத்துக்குப் போவோமா?'

'குதிரைச் சிலையா?'

'ஆமாம்.'

'குதிரை வேண்டாம். நாங்க நிறையக் குதிரை பார்த்திருக்கோம். இதை மாதிரி சிலை வேறே எங்கேயாவது இருக்குமா?'

'இந்த மாதிரி... தேரிலே கொஞ்சம் மரத்தாலே செஞ்சது இருக்கு. அதெல்லாம் இப்ப மூடி இருக்கும்... தாயார் சன்னதிக்குப் போகலாமா?'

'அய்யரே, நீ இவ்வளவு தெரிஞ்சு வெச்சுண்டிருக்கே. ஒண்ணு கேக்கணும் உன்னை.'

'கேளுங்கோ.'

'இந்த ஊரிலே தேவதாசிங்கள்லாம் இருக்காங்களாமே?'

'இருந்தா, இப்ப இல்லே.'

'அட இருக்காங்களாம்யா...'

'இல்லை. முன்னாலே இருந்தா. காங்கிரஸ்காரா வந்ததும் அது எல்லாத்தையும் நிறுத்திப்பிட்டா.'

'அவங்கள்ளாம் நடனம் ஆடுவாங்களா?'

'ஆமாம். மார்கழி மாச உற்சவத்திலே சதிர்க்கச்சேரி. 'ஏன் பள்ளி கொண்டீர் அய்யா?'ன்னு அபிநயம் பிடிப்பா.'

'பேஷ், மேலே சொல்லு. ரொம்பச் சுவாரசியமா இருக்கு.'

'அப்புறம் பங்குனி உத்சவத்திலே ரதத்தின் மேலே நின்னுண்டு வடம் புடிக்கிறவாளுக்கு உற்சாகம் பண்ணுவா. அப்புறம்

சேத்திம்போது தாயார் சன்னிதியிலே ஜிலுஜிலுன்னு வைர நகையெல்லாம் போட்டுண்டு வரிசையா நிப்பா... இருபத்தி அஞ்சு வருஷத்துக்கு முன்னாலே.'

'இப்ப அவங்கள்ளாம் என்ன ஆனாங்க?'

'எல்லோரும் கிழவியாப் போயிட்டா.'

ரெண்டு பேரும் சிரிச்சா. 'அதைச் சொல்லலை. அவா சந்ததி.. அவங்க பேரப் புள்ளைங்க அவங்கள்ளாம்?'

'அவாள்ளாம் படிச்சுட்டுக் கல்லூரிக்குப் போயிட்டு கல்யாணம் பண்ணிண்டு... அந்த சம்பிரதாயமெல்லாம் மறைஞ்சு போச்சு. எல்லாரும் செயலா இருக்கா.. தவில் வாசிச்சவன் புள்ளே கலெக்டரா இருக்கான்... எல்லாம் மறைஞ்சு போச்சு.'

'இல்லை. இன்னும் இருக்குன்னு கேள்விப்பட்டேன். உங்களுக்குத் தெரியாமல் இருக்குமா?'

'உங்களுக்கு யாரோ தப்பாச் சொல்லியிருக்கா.'

'இல்லை... ஐயா' என்று இழுத்தான்.

பெருமாள் சேவிக்க வந்தவன் புத்தி போறதைப் பாரு. நான் யோசிச்சேன். தேவி டாக்கீஸுக்குப் போறப்போ ஒரு தடவை சந்திலே சுவத்திலே 'இந்த இடத்துக்கு விபசார எண்ணத்துடன் வருபவர்களைக் கண்டிப்பாய் போலீசார் வசம் பிடித்துக் கொடுக்கப்படும்'னு எழுதி இருந்தது ஞாபகம் வந்தது. ஏதோ இருக்கு போலிருக்கு... கேட்டுண்டுதான் வந்திருக்கா.

'சுவாமி, எனக்கு அதெல்லாம் பத்தி ஒண்ணும் தெரியாது.'

அவா ரெண்டு பேரும் இங்கிலீஷிலே பேசிண்டா. பொட்டை இங்கிலீஷ். எனக்குப் புரியாதா என்ன? 'அவனுக்குத் தெரியும்; சொல்ல மாட்டேங்கறான்'னு பேசிண்டா.

நான் பேசாமல் வந்தேன். கோயில் வாசலுக்கு வந்துட்டோம். அவன் விடமாட்டேங்கறான். துருவித் துருவிக் கேக்கறான்... 'உங்க கோயிலைவிட, அந்த ஒய்சாள சிற்பங்களை விடப் புராதனமானதய்யா அந்தத் தொழில். அவ்வளவு சீக்கிரம் அழிஞ்சு போயிடுமா?'ங்கறான்.

‘இருக்கலாம். எனக்குத் தெரியாது’ன்னேன்.

‘உங்க பக்கத்திலேகூட இதெல்லாம் உண்டுன்னு கேள்விப்பட்டிருக்கேன்’னான்.

நீங்க கேள்விப்பட்டதெல்லாம் இந்த மாதிரி விஷயங்களாவே கேள்விப்பட்டிருக்கீங்களே’ன்னேன்.

சிரிச்சுட்டு, ‘தமாஷாப் பேசறே ஐயரே. சோடா சாப்பிடறயா?’ன்னான்.

‘வேண்டாம். ஸோடா எனக்கு ஒத்துக்காது.’

‘கலர்’ன்னான். நான் கவனிக்கலை. என் மூத்தவ அலமேலு நின்னுண்டிருந்தா. ‘என்னடி?’ன்னேன்.

‘இல்லேப்பா... அம்மா அனுப்பிச்சா...’

‘எதுக்கு?’

‘கோவாபரேட்டிவ் ஸ்டோரிலே நல்ல கோதுமையும் பச்சரிசியும் வந்திருக்காம்... கார்டு கொடுத்தனுப்பிச்சு இருக்கா... உங்கிட்ட காசு வாங்கிண்டு போகச் சொன்னா...’

‘காசுமில்லே ஒண்ணுமில்லே. போ. நேரே ஆத்துக்குப் போ. நான் வரேன். வந்து பார்த்துக்கறேன்.’

‘ரெண்டு ரூபா இருந்தாக்கூடப் போறும். அரிசியை மட்டும் எப்படியாவது வாங்கிண்டு வந்துடுன்னு...’

‘நீ போடி ஆத்துக்கு, நான் வரேன்... சொன்னாக் கேப்பியா, நின்னுண்டு தர்க்கம் பண்ணிண்டிருக்கா...’ எதுக்கோ அலமேலு மேலே கோவிச்சுண்டேன். வேறே யார் மேலே கோவிச்சுக்க முடியும்?

‘உன் டாட்டராய்யா அது?’

‘ஆமாம்.’

‘எத்தனாவது படிக்கிறது?’

‘படிக்கலை’ன்னேன்.

‘சேச்சே. என்னய்யா பொண்ணுக்குக் கிழிசல் சட்டையைப் போட்டிருக்கியே?’

அவா ரெண்டு பேரும் காரிலே ஏறிண்டா. 'உனக்குத் தெரியும். சொல்ல மாட்டே?'

நான் வெறுமனே நின்னுண்டிருந்தேன்... அவன் பர்ஸைத் திறந்தான் மெதுவாக. கத்தை கத்தையா நோட்டு. புது நோட்டு. ஒண்ணை அதிலேயிருந்து அலட்சியமா உருவி, 'இந்தா வெச்சுக்கோ. இது போதுமா? மேலே ஏதாவது வேணுமா?'ன்னான்.

'வேண்டாம் ஸ்வாமி, இதுவே அதிகம்.'

'சொல்லமாட்டே. நாங்களே கண்டுபிடிச்சுக்கறோம்.'

கார் கிளம்பி ஆடி அசைஞ்சுண்டு போய்டுத்து...

என் கையிலே பத்து ரூபா நோட்டு. அதையே பார்த்துண்டு உட்கார்ந்துட்டேன். 'என்னடா சீமாச்சு, இன்னிக்கு நரி முகத்திலே விழிச்சியோ, முழுசாப் பத்து ரூபா நோட்டு.'

என் தகப்பனாரை நினைச்சுண்டேன். பாழும் பிராமணா, என்னை எல்லோரையும் போல படிக்க வைச்சிருக்கக் கூடாதோ? ஒரு எஸ்.எஸ்.எல்.ஸி.யோ, பி.ஏ.வோ படிச்சிருப்பேனே. படிச்சுப் பொன்மலையிலே கிளார்க்கு உத்தியோகம் கிடைச்சிருக்குமே. தினம் மதிப்பா பையைத் தூக்கிண்டு குடுமியை உலர்த்திண்டு ஒன்பது மணி வண்டியிலே பாஸ் எடுத்துண்டு ஆபீசுக்குப் போய்ட்டுத் திரும்பி வந்திண்டிருக்கலாமே. என்ன ஓய் எனக்குச் செஞ்சீர் நீர். பாடசாலையிலே சேர்த்தீர். நாலாயிரம், குரு பரம்பரை, மர்க்கட நியாயம் எல்லாம் வெச்சுண்டு கோவாபரேட்டிவ் ஸ்டோரிலே கடன் சொல்ல முடியுமா?

'பொண்ணுக்கு ரவிக்கை கிழிஞ்சிருக்கேடா'ங்கறான். விசிறி மடிப்பு மாதிரி நோட்டை வேணுன்னுட்டே எங்கிட்ட காட்டறான். 'இது போதுமா? இன்னும் வேணுமா'ங்கறான்... தாசி வீட்டுக்கு விலாசம் கேட்கறான். என்னைப் படிக்க வைச்சிருந்தா இந்த மாதிரி கேள்விகளுக்கெல்லாம் பதில் சொல்லிண்டு சிரிச்சுண்டு அவா பின்னாலே நாய் மாதிரி அலைஞ்சுண்டு இருக்க வேண்டாமே?

எனக்கு ஸ்ரீரங்கநாதரை ஞாபகம் வந்தது. ஸ்வாமி, எனக்குப் பத்து ரூபாய் சம்பாதிச்சுக் கொடுத்துட்டீர். உங்களை வேண்டிண்டேன்... எனக்குக் காசு கிடைச்சுடுத்து...

'ஓய், உம்ம காசு எனக்கு வேண்டாம். நீரே வெச்சுக்கும்' அந்தப் பத்து ரூபாயை உண்டியலிலே சேர்த்துட்டுப் பேசாம ஆத்தைப் பாக்கப் பாடிண்டே கிளம்பிட்டேன்.

    ஊரிலேன் காணியில்லை
        உறவு மற்றொருவ ரில்லை
    பாரில் நின் பாத மூலம்
        பற்றிலேன் பரமமூர்த்தி
    காரொளி வண்ணனே ஓ!
        கண்ணனே கதறுகின்றேன்
    ஆருளர் களைகண் அம்மா
        அரங்கமா நகருளானே!

முரண்

குமாரசுவாமி மிகவும் அதிகாலையில் எழுந்து குளித்துவிட்டு, கந்தர் அலங்காரம் சொல்லிவிட்டு, தெருக்கோடிக்குச் சென்று டிப்போவில் பால் இரண்டு ஆழாக்கு வாங்கி வந்து, டீ போட்டு சாப்பிட்டுவிட்டு, தன் காக்கி யூனிஃபார்ம், தலைக்கு கேப்டன் தொப்பி அணிந்துகொண்டு, பள்ளிக்கூடக் கட்டடத்துக்கு நடந்து சென்று, ஷெட்டை சாவி போட்டுத் திறந்து, டாட்டா மெர்ஸிடிஸ் பென்ஸ் வண்டியை டீஸல், தண்ணீர் எல்லாம் செக் பண்ணிவிட்டுக் கிளப்பி, பள்ளிக் கட்டடத்தை விட்டு வெளியே வந்து, 40 கிலோமீட்டர் வேகத்தை மிஞ்சாமல் நிதானமாக என்.எஸ். காலனிக்குச் சென்று நிறுத்தியபோது மணி எட்டு முப்பது.

மேற்சொன்ன நியமத்தை குமாரசுவாமி பள்ளி தினங்களில் சென்ற இருபது வருஷங்களாகச் செய்கிறான். குமாரசுவாமிக்கு உடம்புக்கு வந்து லீவு போட்டதாக ஞாபகம் இல்லை. கந்தர் அலங்காரம் சொல்லாத அல்லது டீக்கு பதில் காப்பி சாப்பிட்ட ஏதாவது தினம் இருக்குமோ என்று சென்ற இருபது வருஷங் களில் தேடிப் பார்க்கவேண்டும்.

என்.எஸ். காலனியில் நீல ஸ்கர்ட்டும் வெள்ளைச் சட்டையும் அணிந்த அந்தப் பெண் ஓடி வந்து ஏறிக்கொண்டாள். இரட்டைப் பின்னல், பூனைக் கண்கள்... ப்ரெக்ஃபாஸ்ட்டை பாக்கி வைத்துக் கொண்டு வந்தாள். அதை மென்றுகொண்டே வந்தாள்.

'ஃப்யூ, ஐ மேட் இட்! குட்மார்னிங் குமாரசாமி.'

'குட்மார்னிங் பேபி.'

'பிஸ்கட் வேணுமா?'

'வேண்டாம், நீ சாப்பிடு. இன்றைக்கு ரிஹர்ஸல் உண்டா?'

'ஓ எஸ்.'

குமாரசுவாமி வண்டியைக் கிளப்பினான். சீராகச் செலுத்தினான்.

அடுத்த ஸ்டாப். எட்டு பெண்கள் ஏறிக் கொண்டார்கள். எண்மரும் ஒரே மாதிரி நீல ஸ்கர்ட், வெள்ளைச் சட்டை அணிந்த பெண்கள். அவர்கள் வயது எட்டிலிருந்து பதினான்குவரை இருக்கலாம். புதிய நீல மலர்கள்போல்.

'குட்மார்னிங், குமாரசாமி.'

'குட்மார்னிங், குமாரசாமி.'

'குட்மார்னிங், குமாரசாமி.'

கீச்சுக்கீச்சுக் குரல்கள், சிரிப்புகள், விஷமம் இல்லாத இயற்கையான சிரிப்புகள்.

குமாரசுவாமி, நியமித்த ரூட்டில், பஸ்ஸை நியமித்த வேகத்தில் செலுத்தி, இரண்டு மூன்று ஃபர்லாங்குக்கு ஒரு தடவை நிறுத்தி மேலும் பெண்களை ஏற்றிக்கொண்டு சென்றான். ஒவ்வொரு ஸ்டாப்பிலும் இன்னும் நீல மலர்கள்.

பைஜாமா, நைட்கவுன், நியூஸ் பேப்பர் சகிதம் தூக்கம் தேங்கிய கண்களுடன் சில அப்பாக்கள் தத்தம் பெண்களை, பஸ்வரை கொண்டு வந்து ஏற்றிவிட்டார்கள்.

பெண்கள் மார்பில் பின் குத்தி அதில் கைக்குட்டை பொருத்தி இருந்தார்கள். சில பெண்கள் இரட்டைப் பின்னல், சில பெண்கள் ஒற்றைப் பின்னல், வெறும் ரிப்பன். குமாரசுவாமிக்கு எல்லோரையும் தெரியும். எல்லாம் மனப்பாடம் அவனுக்கு.

கடைசி ஸ்டாப்பில் எப்போதும்போல் பஸ் நிரம்பி பெண்கள் நிற்கவேண்டி இருந்தது. பஸ் முழுவதும் கண்ணாடிச் சிரிப்பு. தெளிந்த நீரோடைச் சிரிப்பு. மீனா என்ன செய்தாள்? மாலா என்ன செய்தாள்? தர்மேந்திரா, ஷத்ருகன் சின்ஹா, சினிமா, சிநேகிதிகள், க்ளாஸ் மிஸ்கள், பவுடர், சங்கிலி டாலர் அவற்றைப் பற்றியே பேச்சு. குமாரசுவாமி இன்னும் நிதானமாகச்

செலுத்தினான். பள்ளி தொடங்குவதற்குப் பதினைந்து நிமிஷம் முன்பே வந்து சேர்ந்துவிட்டான். அந்தப் பெண்கள் குடலையி லிருந்து ஒரே வகைப் பூக்களை இறைத்ததுபோல் பஸ்ஸைவிட்டு இறங்கி, மர நிழலில், புல்வெளியில் எம்பிக் குதித்து விளை யாடச் சென்றார்கள்.

பஸ்ஸை உள்ளே நிறுத்தி ஹாண்ட்பிரேக் போட்டதும் ராமலிங்கம் வந்து, 'அண்ணே, உங்களை பிரின்சிபால் அம்மா கூப்பிட்டு அனுப்பிச்சாங்க' என்றான்.

குமாரசுவாமி உடனே தன் சட்டையை இழுத்துவிட்டுக் கொண்டு தொப்பியைச் சீராக்கிக் கொண்டு பள்ளியின் பிரதான கட்டடத்தை அடைந்து மாடிக்குச் சென்றான்.

பிரின்சிபாலின் அறை வாசலில் தயங்கினான். இந்திரா காந்தியின் படமும் பள்ளி கோக்கோ விளையாட்டில் வென்ற ஷீல்டும் தெரிந்தன. பியூன், 'குமாரசாமி வந்திருக்கிறான்' என்று உள்ளே சொன்னது காதில் விழுந்தது. வெளியே வந்து, 'போங்க உள்ளே' என்றான்.

பிரின்சிபாலுடன் டென்த் ஸ்டாண்டர்ட் லீலா அம்மாவும் உட்கார்ந்திருந்தார்கள். 'வா குமாரசாமி' என்றாள் பிரின்சிபால்.

'கூப்பிட்டிங்களா அம்மா?'

'மிஸ் டிகாஸ்டா, குமாரசுவாமியோட பர்ஸனல் ஃபைலைக் கொண்டு வாருங்கள். உட்கார் குமாரசுவாமி.'

'இருக்கட்டுங்க.'

'பரவாயில்லை உட்காருப்பா.'

'இருக்கட்டுங்க. உட்கார்ந்தா பேச வராது எனக்கு.' பிரின்சிபால் சிரித்தாள். என் வயதுகூட இருக்காது.

ஃபைலைப் புரட்டினாள். 'லெட் மி ஸீ, நீ வந்து இந்த ஸ்கூல்லே சேர்ந்தது...'

'நவம்பர் 18, 1947-ங்க.'

'நல்ல ஞாபக சக்தி உனக்கு... குமாரசுவாமி. இன்னிக்கு என்ன தேதி?'

எதிரே காலண்டரைப் பார்த்து, 'நவம்பர் பதினெட்டு' என்றான்.

'நவம்பர் பதினெட்டு 1972.'

'ஆமாங்க' என்றான்.

'இன்றோடு நீ இந்தப் பள்ளிக்கூடத்தில் சேர்ந்து இருபத்தி ஐந்து வருஷம் முடிகிறது.'

'ஆமாங்க. என்னை நிறுத்திவிடப் போறீங்களா?'

'சேச்சே, இல்லை.'

'1947-ல க்ளீனரா சேர்ந்தேங்க. அப்ப ஒரு டாட்ஜ் வண்டி இருந்தது, ஏகப்பட்ட ஆயில் குடிக்கும். உங்களுக்கு முன்னாலே மூணு பிரின்சிபாலைப் பார்த்திருக்கிறேன். அப்புறம் ஒரு லேலண்ட் செகண்ஹாண்ட் வாங்கினாங்க. அஞ்சு வருஷம் க்ளீனரா இருந்தேன். அப்புறம் இருபது வருஷம் டிரைவர். ஆமாம், இருபத்தி அஞ்சு வருஷம் ஓடிப்போச்சுங்க.'

'நீதான் இந்தப் பள்ளிக்கூடத்திலேயே பழைய ஆசாமி. நீ இருபத்தி அஞ்சு வருஷம் சர்வீஸ் செய்ததற்கு, மேனேஜ்மென்ட்... லீலா, அந்தப் பெட்டியை எடுங்க... இந்தக் கடிகாரத்தை உனக்குப் பரிசா கொடுக்கச் சொல்லி இருக்காங்க... அப்புறம் இருநூறு ரூபா பணமும் கொடுக்கச் சொல்லி இருக்காங்க.'

'என்னங்க இதெல்லாம்...'

'வாங்கிக்க குமாரசுவாமி...'

'இதெல்லாம் வேண்டாங்க எனக்கு. எனக்கு பணமோ கடிகாரமோ தேவையில்லை. எங்கிட்ட சுமாரா பணம் இருக்கு. சேத்து வச்சது. கெடிகாரம் எனக்கு இங்கே இருக்குதுங்க' என்று நெற்றியைத் தட்டிக் காட்டினான்.

பிரின்சிபால் சிரித்து, 'பரவாயில்லை, வாங்கிக்க' என்றாள்.

'இல்லீங்க, தயக்கமா இருக்கு. கடிகாரம் வேணா வாங்கிக்கறேன், பணம் வேண்டாங்க.'

'குமாரசுவாமி, உனக்கு எத்தனை பிள்ளைகள்?'

'எனக்குக் கல்யாணம் ஆகலிங்க.'

'அப்படியா, ஏன்?'

'இதைப் பத்தி நினைக்கலேங்க, அவ்வளவுதான். எல்லாம் நானே சமைச்சுக்கிட்டு கொடுக்கிற சம்பளத்திலே பாதியை பாங்கிலே போட்டுகிட்டு... ஆபீசிலே யூனிஃபாரம் கொடுத்துடறீங்க. பிராந்தியச் செய்திகள் கேக்கறதுக்கு மட்டும் ஒரு டிரான்ஸிஸ்டர வாங்கிக்கிட்டேன். அதுதான் என் சொத்து. ரெண்டு மூணு அலுமினியப் பாத்திரங்கள், முருகன். அவ்வளவுதான். இந்த இருநூறு ரூபாயை வெச்சுக்கங்க. யாராவது ஏழைப் பிள்ளைங்களைப் படிக்க வைக்கலாம்.'

'இந்தப் பள்ளிக்கூடத்தில் ஏழைப் பிள்ளைங்களே கிடையாதே? இருபத்தி அஞ்சு வருஷம்... ஒரு விபத்து கிடையாது. ஒரு நாள் லேட்டாக வந்தது கிடையாது. ஒருநாள் லீவ் எடுத்தது கிடையாது. ஏன்? வருஷாந்திர லீவு எல்லாம் எக்ஸ்பைர் ஆகிக் கொண்டு வருகிறது தெரியுமா?'

'லீவு எதுக்குங்க. லீவு எடுத்துக்கிட்டு எனக்குப் போறதுக்கு எடம் கிடையாது...'

'இந்தா, இதைக் கட்டிக்கொள்.'

குமாரசுவாமி வெட்கத்துடன் அந்தப் புத்தம் புதிய கடிகாரத்தைக் கட்டிக்கொண்டான். பிரின்சிபாலுடன் லீலா அம்மாவும் மெலிதாகக் கை தட்டினார்கள்.

'ரொம்ப நன்றிங்க. வணக்கங்க, நன்றிங்க.' தணிந்து தணிந்து குமாரசுவாமி வெளியே வந்தான்.

பிரின்சிபால், 'இவன் மாதிரி பிரஜைகள் நம் நாட்டுக்கு நிறையத் தேவை' என்றாள் ஆங்கிலத்தில். லீலா அம்மாள் ஆமோதித்தாள்.

வெளியே வந்த குமாரசுவாமியின் கடிகாரத்தை முதலில் பியூன் முத்து ஆராய்ந்தான். 'நல்லா இருக்குங்க, ஓடுதுங்க' என்றான்.

கீழே க்ளீனர் கோபால் மாலையுடன் காத்திருந்தான்.

'குமாரசுவாமிக்கு ஜே' என்றான். மற்ற பியூன்களும் வாட்டர் பாய்களும் மரத்தடியில் சேர்ந்துகொண்டார்கள்.

'ரூபாயை வேண்டாம்னுட்டாருடா' என்றான் முத்து.

'அண்ணன் நிறைய சேர்த்து வைச்சிருக்காருடா, குமாரசுவாமி அண்ணே, எத்தனை ஆயிரம் வெச்சிருக்கீங்க, எட்டாயிரமா?'

'ஒன்பதாயிரத்து தொண்ணூற்று எட்டு...' என்று குமாரசுவாமியின் ஞாபகத்தில் வந்தது.

'அண்ணே, இருபத்தி அஞ்சு வருஷம் முடிச்சுட்டீங்க. பள்ளிக் கூடத்திலே கடிகாரம் கொடுத்தாங்க. எங்களுக்கு ஒரு பார்ட்டி...'

'புகாரிக்குப் போகலாம் வாங்க.'

'கோழி சாப்பிடலாம். முட்டைக்கறி சாப்பிடலாம்.'

'அப்புறம் கொஞ்சம் தண்ணி.'

'சே, அவரு கோக்கோ கோலாகூட சாப்பிட்டதில்லடா. அதைச் சாப்பிட்டாலே மயக்கம் வந்துரும் அவருக்கு. சுத்த சைவம்டா.'

'அண்ணே, உங்களை ஒண்ணே ஒண்ணு ரொம்ப நாளாக் கேக்கணும்னு ஆசை.'

'என்னடா' என்றான் குமாரசுவாமி புதிய கவனத்துடன்.

'நீங்க ஏன் கல்யாணமே பண்ணிக்கலே?'

திடீரென்று எல்லோரும் மௌனமாக அவன் பதிலுக்குக் காத்திருந்தார்கள்.

'பண்ணிக்கலே. அவ்வளவுதான்.'

'ஏதாவது பொண்ணு துரோகம் பண்ணிவிட்டாளா?'

'சேச்சே, அதுக்கெல்லாம் எனக்கு டயமில்லடா. டீஸலையே கட்டிக்கொண்டு அழுதேன்.'

'அப்டின்னா நீங்க பொம்பளையைத் தொட்டதே இல்லையா?'

'சே, என்ன கேள்வி கேக்கறாண்டா அந்த வேம்பன்.'

'கேக்கட்டுண்டா. வேம்பா, எதுக்குடா இப்படிக் கேக்கறே?'

'இல்லீங்க. நாங்கள்ளாம் சாதாரண மனுசங்க. அப்பப்போ ஆசை இருக்கும். பொண்டாட்டி மேலே பாய்வோம். இல்லை போவோம். அந்த மாதிரி இத்தனை வயசு வரைக்கும் ஒரு தடவை, ஓரிரு தடவைகூட சித்த அப்படி... ஜாலியாப் போய்ட்டு வருவோம் அப்படின்னு தோணவே இல்லையா? தப்பாக் கேட்டுட்டேன்னா மன்னிச்சுக்குங்க அண்ணே.'

குமாரசுவாமி சிரித்தான்.

'சிரிக்கிறாரு. என்னவோ விளையாடி இருக்காரு...'

'இல்லைடா. அப்படி எல்லாம் நடந்ததே இல்லை. நான் கொஞ்சம் வேற மாதிரிடா. நான் கொஞ்சம் தனி.'

மணி அடித்தது.

'போய் வேலையைப் பாருங்கடா. சும்மா மனசிலே விசித்திரமா கற்பனை பண்ணிக்காதீங்க...'

குமாரசுவாமி பள்ளியின் ஆபீஸ் கட்டடத்தை நோக்கி நடந்தான்.

'ரைட்டர் சார்... பாங்குக்குப் போகவேண்டாம்?'

ரைட்டர் தன் கைக்கெடிகாரத்தைப் பார்த்துக்கொண்டு 'குமார சுவாமியா? வா. பணம் வாங்கிக்க மாட்டேன்னிட்டியாமே?'

'பணம் எதுக்கு சார்?'

'ஆமா உனக்குக் குழந்தையா குட்டியா... பணம் உனக்கு அவசிய மில்லதான். எங்கே வாட்சைக் காமி. எத்தனை இருக்கும்? நூறு நூத்தம்பது ரூபா இருக்கும். எனக்குப் பதினைஞ்சு வருஷ சர்வீஸ். இதுக்கு இன்னும் பத்து வருஷம் காத்திருக்க வேண்டும். வேனை எடுத்துக்கொண்டு வா. எனக்கு இன்னும் ரெண்டு, மூணு வவுச்சர் எண்டர் பண்ணணும்...'

அவன் போனதும் 'பாக்கியசாலி. புத்திசாலி. கல்யாணம் பண்ணிக்கலே. உத்தமன்' என்றார்.

ரைட்டருடன் பாங்குக்குச் சென்று பேங்க் வாசலில் காத்துக் கொண்டிருக்கும்போது குமாரசுவாமி துணியை எடுத்து வேனை சுத்தமாகத் துடைத்தான். விண்ட்ஷீல்டின் ஓரத்தில் தேய்த்துத் தேய்த்துத் துடைத்தான்.

ரைட்டர் பையுடன் திரும்பி வந்து, 'இப்படியே ஐ.சி.எச். வழியே திரும்பிப் போய்டலாம். எனக்குக் கொஞ்சம் காப்பிக் கொட்டை வாங்கிக்கணும்' என்றார்.

குமாரசுவாமி மறுத்துவிட்டான். ரைட்டர் முணுமுணுத்தார்.

குமாரசுவாமி பள்ளிக்குத் திரும்பியதும், மறுபடி பஸ்ஸை எடுத்துக் கொண்டு சர்வீஸ் ஸ்டேஷனுக்குச் சென்றான்.

அவனே கம்ப்ரெஸ்ஸரை இயக்கி தண்ணீர் ஹோஸைச் செலுத்தி பஸ்ஸை துப்புரவாக அலம்பினான். க்ரீஸ் போடுவதையும் டயர்களின் காற்றமுத்தத்தைச் சரி பார்ப்பதையும் ஒவ்வொன்றையும் கண்காணித்தான்.

திரும்ப அவன் பள்ளிக்கு வரும்போது பள்ளி முடிவதற்குச் சரியாகப் பதினைந்து நிமிஷம் இருந்தது. புதிய அலம்பலில் பஸ் பளபளத்தது.

குமாரசுவாமி தன் கைக்கெடியாரத்தைப் பார்த்துக்கொண்டான். மிகப் புதிய தோல் பட்டை. மிகப் புதிய முகம். மிகப் புதிய முள்கள். பழையவனுக்குப் புதிய காலம். புதிய சமயம்.

அந்தப் பெண்கள் மறுபடி சிரித்தனர். மறுபடி ஜன்னல் சீட்டுக்காகச் சண்டை போட்டுக்கொண்டார்கள். தத்தம் 'காமிக்'குகளைப் பிரித்துக்கொண்டார்கள்.

அந்தப் பெண்களைத் திரும்பக் கொண்டுவிட்டு மறுபடி பள்ளிக்கு வந்து நாடக ஒத்திகை நடக்கும் வகுப்பறையின் வாசலில் காத்திருந்தபோது இருட்டிவிட்டது.

உள்ளே பியானோ ஒலி கேட்டது. ஆங்கில சம்பாஷணை கேட்டது. ஒன்று சேர முயற்சித்த இளம் குரல்கள். சிரிப்பு, அதட்டல். 'ஜம்ப். ஒன்... டு... ஜம்ப்...' பியோனோவின் 'டங் டங்'களுக்கு ஏற்ப அந்தப் பெண்கள் ஒருவரை ஒருவர் சரிபார்த்துக் கொண்டு குதித்தார்கள்....

பத்துப் பெண்களையும் பி.டி. டீச்சர் அம்மாவையும் ஏற்றிக் கொண்டு மறுபடி பஸ்ஸைக் கிளப்பி அவர்களை ஒவ்வொருவராக அவரவர்கள் இல்லத்தருகில் விட்டுவிட்டுக் கடைசியாக எஞ்சி இருந்த அந்தப் பெண்ணைக் கொண்டு விடுவதற்காக

என்.எஸ். காலனி நோக்கி அவன் செல்லும்போது மணி எட்டு இருபது.

'ரிஹர்ஸல் ஆச்சா?' என்றான் குமாரசுவாமி.

'ஆச்சு' என்ற அந்தப் பெண் படம் போட்ட சின்னப் புத்தகத்தைப் பிரித்துக்கொண்டாள்.

'நீ டிராமாவிலே என்ன வேஷம் போடுகிறாய்?'

'ம்.'

'டிராமாவிலே என்ன வேஷம் உனக்கு?'

'ஏஞ்சல். எட்டு ஏஞ்சல்களிலே நானும் ஒருத்தி. எல்லாம் வெள்ளை. வெள்ளை கவுன், தலையிலே வெள்ளைப்பூ, வெள்ளை இறக்கை... அந்த மாதிரி ஃப்ளாப் பண்ணவேண்டும்.'

சிரித்துக் கொண்டு மானசீக இறக்கைகளை அடித்துக்கொண்டாள் அந்தப் பெண். மறுபடி தன் புத்தகத்தில் ஆழ்ந்தாள்.

எதிரே தன்னந்தனியாக ரோடு நீண்டது. தூரத்தில் காலனி விளக்குகள் தெரிந்தன.

பஸ் காலனிக்குச் செல்லவில்லை.

இடது பக்கம் பிரியும் மண் பாதையில் பஸ் திரும்பியது. அந்த இருளில் வளைந்து நெளிந்து வழக்கமில்லாத மிக வேகத்தில் சென்றுகொண்டிருந்தது.

காரணம்

தலைமை ஆசிரியரின் அறையில் காந்தியும் நேருவும் இளமை யாகச் சிரித்துக்கொண்டிருந்தார்கள். பக்கத்தில் பள்ளியின் கரஸ் பாண்டெண்ட்டுக்கு வாசித்தளிக்கப்பட்ட வரவேற்புப் பத்திரம் அறுசீர் விருத்தத்தில் ஃப்ரேம் போட்டு மாட்டப்பட்டிருந்தது.

'உட்காருங்கள்' என்றார் தலைமை ஆசிரியர். மாணிக்கம் நாற்காலியின் விளிம்பில் உட்கார்ந்தார்.

'உங்கள் வகுப்பில் உள்ள வடிவேலு எப்படி?'

'எப்படி என்றால் புரியவில்லை சார்.'

'எப்படிப்பட்ட பையன்? சாதுவா? முட்டாளா? விஷமக்காரனா? எப்படி?'

'அவன் சற்று வித்தியாசமான பையன். அவன் ஃபெயில் ஆகிவிட்டான்.'

'தெரியும். எந்த விதத்தில் வித்தியாசமான பையன்?'

'மன்னிக்கவும். நீங்கள் எதற்காக இதை என்னிடம் கேட்கிறீர்கள்? சீனிவாசாச்சாரியைக் கேட்கலாம். சேதுமாதவனைக் கேட்க லாம்.'

'அவர்களையும் கேட்கிறேன். நீங்கள் என்ன சொல்கிறீர்கள்? அவன் எந்த விதத்தில் வித்தியாசமானவன்?'

'படிப்பில் அக்கறை கிடையாது. மிக மௌனமானவன். அழுத்த மானவன். பேசமாட்டான். ஆனால்...'

'ஆனால்?'

'ஏதாவது புகார் வந்திருக்கிறதா அவனைப் பற்றி?'

'அவனைப் பற்றி இல்லை. உங்களைப் பற்றி.'

'என்னது?'

தலைமை ஆசிரியர் தன் மேசை அறையிலிருந்து ஒரு கடிதத்தை எடுத்து மாணிக்கத்திடம் கொடுத்தார்.

'மேன்மை தங்கிய தலைமை ஆசிரியர் அவர்களுக்கு, என் மகன் வடிவேலு உங்கள் பள்ளியின் ஆசிரியர் மாணிக்கம் என்பவரைப் பற்றி என்னிடம் வந்து சொன்ன ஒரு சம்பவத்தைப் பற்றி உங்களுக்கு எழுதவேண்டியது அவசியமாகிறது. சென்ற புதன்கிழமை என் மகனை மாணிக்கம் மதகருகே அழைத்துச் சென்றதாகவும், அங்கே என் மகனை...'

மாணிக்கம் மேலே விரைவாகப் படித்தார். அவர் முகத்தில் உஷ்ணம் ஏறியது. படிக்கப் படிக்க நெற்றியில் ரத்தக் குழாய்/களின் துடிப்பைத் துல்லியமாக உணர ஆரம்பித்ததால் உதட்டு ஓரங்களில் சற்று ஒடுக்கம் ஏற்பட்டது.

'சே, என்ன சார் இது?'

தலைமை ஆசிரியர் மௌனமாக இருந்தார். பேசேன் முட்டாளே. நான் இதை நம்பவில்லை. இது நிச்சயம் பொய் என்று சொல்லேன். ஏன் பேசாமல் இருக்கிறாய்?

'சார், நீங்கள் இதைப் பற்றி வேறு ஆசிரியர்களிடம் கேட்டீர்/களா?'

'இல்லை, இன்னம் இல்லை.'

'வேண்டாம். நானே இதற்குப் பதில் சொல்கிறேன். இது என்னைப் பற்றிய அபாண்டம்.'

'எட்டு வயதுப் பையன் இதை முழுவதும் கற்பனை பண்ணிக் கொண்டு தன் அப்பாவிடம் சொல்லி இருக்கிறான் என்கிறீர்/களா?'

'இதில் சந்தேகமா? பெரிய பொய்.'

'பையன் பொய் சொல்கிறான் என்கிறீர்கள்.'

'சார், நீங்கள் கேட்கும் தோரணை சரியாக இல்லை. நீங்கள் என்னைச் சந்தேகிக்கிறீர்களா என்ன?'

'அப்படி இல்லை. என்னிடம் ஒரு புகார் வந்திருக்கிறது. அதை முடிக்க வேண்டியது என் கடமை அல்லவா?'

'புகார். புகாருக்கும் ஒரு தர்மம் இருக்கவேண்டாமா? ஒரு... ஒரு... விதிமுறை, நியாயம்.' மாணிக்கம் பயத்துடன் சிரித்தார்.

மாணிக்கத்துக்கு திடீர் என்று தலைமை ஆசிரியரின் தம்பி மகன் ஞாபகம் வந்தது. அவன் பி.டி. முடித்திருக்கிறான். வேலை இல்லாமல் காத்திருக்கிறான். ஆம். காத்திருக்கிறான். தற்போது பள்ளியில் காலி இல்லை.

'நீங்கள் அவனை அடித்தீர்களா?'

'சார், நான் அடிப்பதே இல்லை என்பது உங்களுக்குத் தெரியும்... நாற்பது பேருக்கு ட்யூஷன் சொல்லித் தருவதில்லை... பிள்ளை களைக் கடைக்குச் சாமான் வாங்க அனுப்புவதில்லை...' யாவும் தலைமை ஆசிரியரின் பாவங்கள். ஏன், அதை இப்போது சொல்லி இருக்க வேண்டாம்.

'அவன் உங்கள்மேல் பழி சுமத்துவதற்கு என்ன காரணம் இருக்கும் என்று நினைக்கிறீர்கள்? அவனை ஃபெயில் ஆக்கியது நீங்கள் இல்லை. உங்கள் பாடத்தில் அவன்... முப்பத்தாறு வாங்கி இருக்கிறான்... (அதையும் பார்த்துவிட்டாயா?) காரணமே இல்லாமல் அவன் ஏன் உங்களைப் பற்றி அப்படிச் சொல்ல வேண்டும்?'

காரணம் இருக்கிறது. ஒன்றென்ன, கையும் களவுமாகப் பிடித்த பல காரணங்கள். அதை இப்போது அவரிடம் சொல்லலாமா?

'மிஸ்டர் மாணிக்கம், நீங்கள் அவனை அன்று அழைத்துச் சென்றீர்களா?'

'ஆம்.'

'தனியாக?'

'ஆம்.'

'எதற்கு?'

‘அவனுக்குப் புத்திமதி சொல்வதற்கு. அவனுடன் பேசுவதற்கு. அவனுக்கு ராமகிருஷ்ணரின் வாழ்க்கையிலிருந்து ஒரு கதை சொன்னேன். அந்தப் பையன் ஒரு... ஒரு...' வேண்டாம், வேண்டாம், சொல்ல வேண்டாம். சொன்னால் இவர் நம்பப் போவதில்லை. நான் பொய் சொல்கிறேன் என்று எடுத்துக் கொள்வார்.

‘மிஸ்டர் மாணிக்கம், உங்களை பர்ஸனலாக ஒரு கேள்வி கேட்கலாமா?'

‘என்ன?'

‘நீங்கள் ஏன் கல்யாணம் செய்து கொள்ளவில்லை?' மாணிக்கத் திற்கு நெற்றி நரம்புகள் வெடிக்கும் அளவுக்கு கோபம் வந்தது.

‘இட்ஸ் நன் ஆஃப் யுவர் பிஸினஸ்' என்றார் அழுத்தமாக.

தலைமை ஆசிரியர் அயர்ந்துவிட்டார்... மாணிக்கம் அவ்வளவு உரக்க அதுவரை பேசியதில்லை.

‘சார், ஒரு நல்ல பள்ளியின் தலைமை ஆசிரியர் என்கிற ரீதியில் உங்களுக்கு உங்கள் ஸ்டாஃபிடம் கொஞ்சம் நம்பிக்கை, மரியாதை, பண்பான பழக்கம் வேண்டாம்?'

‘நான் என்ன மரியாதைக் குறைவாக நடந்துவிட்டேன் என்று சொல்ல முடியுமா?' அவர் குரலும் உயர்ந்தது.

‘இந்தக் கடிதத்தைக் கிழித்துக் குப்பையிலே போட்டிருக்க வேண் டாம்? இந்த மாதிரி ஒருத்தன் கடிதம் எழுதிக் கொடுக்கிறான் என்றால் அதை அவன் முகத்தில் எறிந்திருக்க வேண்டாம்? என்ன ஆசாமி நீ... நீங்கள்...'

‘இப்போது மரியாதைக் குறைவாகப் பேசுவது நீரா, நானா?'

‘மரியாதையுடன்தான் சொல்கிறேன் ஐயா. தலைமை ஆசிரியரே, மேன்மை தங்கியவரே, உங்கள் சதி எனக்குப் புரிகிறது. என்னை எப்படியாவது வேலையிலிருந்து நீக்கிவிட விரும்புகிறீர்கள் நீங்கள்.'

‘மிஸ்டர் மா..ணிக்கம். உங்களை வேலையிலிருந்து நீக்குவது பற்றி யாராவது பேசினார்களா?'

'உங்கள் தம்பி மகனை என் இடத்தில் வைக்கத்தானே அந்தச் சதி?'

'தட்ஸ் இனஃப். உங்களுடன் எனக்கு மேலே பேச விருப்ப மில்லை. நீங்கள் போகலாம்.'

'எனக்கு விருப்பம் மாஸ்டரே. எனக்கு விருப்பம். ரைட்டர் பணம் திருடியது எனக்குத் தெரியாதா? அதை அமுக்கியது யார் என்பது எனக்குத் தெரியாதா? புதிய கட்டட காண்ட்ராக்டர் யார்? அவன் என்ன யாருக்குக் கொடுத்தான்?'

'கெட் அவுட். கெட் அவுட்.'

மாணிக்கம் தன் எதிரே இருந்த அந்த ரிஜிஸ்தரிலிருந்து ஒரு காகிதத்தைச் சரேல் என்று கிழித்தார். நடுங்கும் கரங்களுடன் அதில் தன் பேனாவால் நாலு வரி கிறுக்கினார். அந்தக் காகிதத்தைத் தலைமை ஆசிரியரின் முகத்தின் முன் பறக்க விட்டுவிட்டு வெளியே வந்தார்.

பி.எஸ்.கே. இடைநிலைப் பள்ளி ஆர்ச் வளைவின்கீழ் நின்றார். அருகே தண்ணீர்த் தொட்டியில் குளிர்ந்த நீரை முகத்தில் இறைத்துக்கொண்டு முகத்தைத் துடைத்துக்கொண்டார். கோபம் சற்றுத் தணிந்ததா. அவ்வளவுதான். பி.எஸ்.கே. அவ்வளவுதான். இந்த ஊர் பிடித்திருந்தது அவருக்கு. ஸ்திரமாக இங்கே இருக்க லாம் என்றுதான் நினைத்தார். முனிசிபாலிட்டி நூலகத்தில் சில நல்ல புத்தகங்கள் இருந்தன. பூப்பந்து ஆட சமயம் இருந்தது. ஆற்றில் குளிக்க வாய்ப்பிருந்தது. அந்த விதவை செய்து போட்ட சாப்பாட்டில் ருசி இருந்தது. எல்லாம் அவ்வளவுதான். இனி வேறு ஊர், வேறு பள்ளி, வேறு தலைமை ஆசிரியர்... வேறு வடிவேலுக்கள்.

வடிவேலு, எப்படி உன் அத்தனை இளம் மனம் இத்தனை விகாரமாக முடியும்? எப்படி. எப்படி இத்தனை பெரிய, வயது வந்த பொய்யை உன்னால் ஜோடிக்க முடியும்?

வடிவேலு, எட்டு வயதுப் பையன், மௌனமாக என்னைப் பழிவாங்கிவிட்டான். பென்சில் திருடினால் பரவாயில்லை. வீட்டுப் பாடங்கள் செய்யாவிட்டால் பரவாயில்லை. எட்டு வயதில் சமூகப் புஸ்தகத்துக்குள் அந்தப் புஸ்தகத்தை வைத்துக் கொண்டு பொம்மை பார்ததுக் காட்டிக்கொண்டிருந்தது. அது

சின்னப் பாவமா? மைனர் பாவமா? அப்புறம்.

'சார், என்னவோ பண்ணான் சார்' என்ற அந்த அறியாச் சிறுமியின் குரல் அவர் மனத்தில் எதிரொலித்தது. 'இல்லை சார், இல்லை சார், இவதான் என்னை 'வடிவேலு, மாங்கா பறிச்சுத் தாடா'ன்னா... 'வித்தை காட்டறேன் வாடா'ன்னா...'

நான் பி.டி.யில் படித்த சைக்காலஜி போதாது. அந்த சைக்காலஜி சொன்னதெல்லாம் அறியாத இளம் மனங்களைப் பற்றி... முகுந்தன் எதிரே வந்துகொண்டிருந்தான். அவரைப் பார்த்ததும் மரியாதையாக ஒதுங்கிக்கொண்டான்.

'முகுந்தா, இங்கே வா.'

சந்தோஷத்துடன் அருகே வந்தான். அவருடன் நடந்தான்.

'வடிவேலு வீடு எங்கே இருக்கு தெரியுமா?'

'மெயின் ரோடிலே போனிங்கன்னா போஸ்ட் ஆபீஸ் இருக்கிற தெருவில இடது பக்கம் திரும்பி நாலாவது சந்திலே கடைசி வீடு, பால் டிப்போவுக்கு எதிர்த்தாப்பலே. அங்கே போகணுமா? நான் காட்டவா சார்?'

'வேண்டாம், நீ போ.'

எதற்காக அங்கே போகிறேன்...

வடிவேலுவைப் பார்ப்பதற்கா? இல்லை. அவன் அப்பாவைப் பார்த்து 'ஐயா, உங்கள் அன்பு மகன் அவ்வளவு அறியாதவன் அல்ல. அவனை நீங்கள் உடனே கவனிக்கவேண்டும்...

'இவனைத் திருத்த முயன்ற எனக்குச் சேதம் விளைந்தது பரவா யில்லை. ஆனால் உங்கள் மகனுக்கு உடனே தேவை...'

பால் டிப்போ மூடி இருந்தது.

அந்த வீடு தனியாக இருந்தது. தாழ்வான வீடு. ஜன்னலைத் திரை மறைந்திருந்தது. வீட்டு வாசல்கதவு அரைகுறையாக மூடி இருந்தது. வாசலில் கோலமில்லை. உள்ளே இருட்டாக இருந்தது.

தட்டலாமா கூப்பிடலாமா என்று தயங்கினார்... அப்போது உள்ளே பேச்சுக் குரல் கேட்டது. வளையல் ஒலி கேட்டது.

'விடுங்க.'

'என்னடி வெக்கம்?'

'அவன் பாத்துடப் போறான்.'

'யாரு?'

'உங்க மகன்.'

'வடிவேலுப் பயலா? அவன் சோடா வாங்கிண்டு வரப் போயிருக்கான்... என்ன உனக்கு இன்னிக்கு சீட்டு பேசுது...'

'ஆமா, நீங்கதான் எல்லாம் பாத்துட்டிங்களே.'

'இன்னும் நீ காட்டவேண்டியது நிறைய இருக்கு.'

அப்புறம் அருவருப்பான சிரிப்பு. வெளியே வந்து நடந்த மாணிக்கத்துக்கு வடிவேலுவின்மேல் அளவில்லாத இரக்கம் ஏற்பட்டது

அகப்பட்டுக் கொள்ளாதவரை திருடனல்ல

மிக மிக வேகத்தில் சென்றுகொண்டிருந்த அந்தக் காரில் இருவர் இருந்தார்கள். காரைச் செலுத்திக்கொண்டிருந்தவனுக்கு முப்பது வயது இருக்கும். திடமாக இருந்தான். அருகில் உட்கார்ந்திருந்த பதினெட்டைத் தாண்டாத இளைஞன் பனியன் மட்டும் அணிந்திருந்தான். அவன் முகத்தில் பயமும் பதற்றமும் ஆர்வமும் தெரிந்தது. இருவருக்கும் இடையில் சீட்டில் சில நூறு ரூபாய் நோட்டுக்கள் கிடந்தன. அலுவலகங்களில் உபயோகப் படுத்தும் ட்ரேக்கள் இரண்டில் அந்த நோட்டுக் கற்றைகள் நிரம்பி இருந்தன. அவை அந்த இளைஞனின் சட்டையால் ஏறக்குறைய மறைக்கப்பட்டிருந்தன.

ஒரு நோட்டை குழந்தையின் ஆர்வத்துடன் ஆராய்ந்துகொண்டு, 'எவ்வளவு இருக்கும்?' என்றான் அந்த இளைஞன்.

'தெரியலை. சாவகாசமா எண்ணிப் பார்க்கணும். எண்ணிப் பார்க்கறதுக்கே ஒரு மணி ஆகும்னு தோணுது. பெர்னார்ட், நீ பணக்காரன்டா.'

'நான் இவ்வளவு பணத்தை என் லைஃப்லேயே பார்த்ததில்லை பாலா.'

'உன் லைஃப் சின்னது. நிறையப் பார்க்கப் போறே. என்னோட சேந்துட்டல்ல?'

'பாலா?'

'என்ன?' என்றான் சாலையில் கவனமாக. 'அந்த கிளார்க், நல்ல அடி. செத்துப் போயிருப்பானா?'

'அவன் ஏன் சாகறான்? நீ என்ன அவனுக்கு ஃபர்ஸ்ட் எய்ட் கொடுத்துட்டு வந்திருக்கணுங்கறியா? அவன் முட்டாப் பயல். சொல்லச் சொல்லக் கேக்காம கிட்ட வந்தான். வாங்கிக்கினான்.'

பெர்னார்ட் மனத்தில் அந்த பேங்க் சிப்பந்தியின் திறந்த வாயும் அதில் பாலா அடித்த அடியின் விளைவினால் அவன் தன் கையில் ஒரு ரத்தப் பல்லைத் துப்பிக்கொண்டதும் சஞ்சலித்தது. பெர்னார்ட் தன் தொண்டைக்குள் அடைத்த பயத்தை விழுங்கிக் கொண்டான்.

'பாலா, எனக்குப் பயமா இருக்குது.'

'என்ன பயம்?'

'மாட்டிக்கினா எத்தனை வருஷம் கிடைக்கும்?'

'எதுக்கு மாட்டிக்கனும்? இதுவரை நினைச்சபடிதான் நடந்திருக்கு... இனிமே ஈஸி. நாளைக்கு ட்ரிவேண்ட்ரம்.'

ஆறு மணிக்கு பேங்க் மூடுகிறது. ஆறடிக்க ஐந்து நிமிஷத்துக்கு உள்ளே நுழைந்தார்கள். அந்தத் தாத்தா தன் பாஸ் புக்கைக் கண்ணருகே வைத்துப் பார்த்துத் திருப்தியுடன் நடந்துகொண்டு இருந்தார். பணம் எடுத்தவர்களும் கொடுத்தவர்களும் குறைந்து போயிருந்தார்கள். பேங்கின் ஏஜெண்ட் கண்ணாடித் தடுப்புக்குள் டெலிபோனில் அதட்டிக்கொண்டிருந்தார். பெர்னார்ட் நேராக நடந்து கோடியில் இருந்த மெஷ் அடித்த முக்கால் கூண்டுக்குள் இருந்த கேஷ் கிளார்க்கிடம் பேச்சுக் கொடுத்தான். பாலா லாமினேட் இழைத்த அந்த நீண்ட தடுப்பின் அறைக் கதவைச் சுதந்தரமாகத் திறந்துகொண்டு மெதுவாக நடந்து அந்தக் கிளார்க்கின் பின் நின்றான். பெர்னார்ட் சரேல் என்று அவன் இரு கரங்களையும் இழுத்துப் பற்றி முறுக்கி கௌண்டருக்கு வெளியே இறுக்கிப் பிடித்துக்கொள்ள பாலா ஒரே போடு.

பாலா அந்த ட்ரேக்களில் நோட்டுக் கற்றைகளை வாரி வாரிச் சேகரிக்க அவர்கள் ஓடி வெளியேறினார்கள்.

'பாலா, நீ இத்தனை பணத்தையும் என்ன செய்யப் போறே?'

'மெதுவா, நிதானமா, ஒத்தை ஒத்தை நோட்டா யோசிச்சு செலவழிக்கப் போறேன். ஒருவனும் கண்டுபிடிக்க முடியாத படி. நீ?'

‘நான்... நான்... எனக்கு எப்படிச் செலவழிப்பதுன்னே தெரியாது... குட்டிக்கு ஒரு சீலை வாங்கிக் கொடுக்கலாம்னு.’

‘குட்டி யாரு?’

‘பொண்ணு. என்னோட அத்தை பொண்ணை லவ் பண்றேன். ஆனா திருடின பணம்னு தெரிஞ்சாத் தொட மாட்டா. தொடவிட மாட்டா.’

‘மெட்றாஸ்லே இருக்குதா?’

‘ஆமாம்.’

‘சரிதான். முட்டாள். இன்னும் ஆறு மாசம் அந்தப் பக்கம் தலை வச்சிப் படுக்காதே. காரியத்தைக் கெடுத்துடாதே. உனக்குப் பொம்பளை வேணும்னா நான் கூட்டிப் போறேன்.’

‘பாலா, எனக்குக் குட்டிதான் வேணும்.’

‘சரியான செமிடா நீ. இருட்டுலே எல்லாப் பொம்பளையும் ஒண்ணுதான். இதப் பாரு, நீ அந்தப் பக்கம் கொஞ்சம் நாளைக்குத் திரும்பிக்கூடப் பார்க்கக்கூடாது. தெரியுதா? புரியுதா?’

‘புரியுது பாலா. நான் உன்னோடதானே வரேன்.’

சற்று நேரம், சற்று தூரம்.

‘குட்டி, என்னடா பேரு அது?’

‘சின்னவளா அழகா இருக்கும். படிப்பு வல்லை. பில்லோமின் னான்னு பேரு. என்னைவிடக் கறுப்பா இருக்கும்.’

‘சரிதான்.’

பெர்னார்டுக்கு அந்தப் பெண்ணைப் பற்றி நினைக்க முடிய வில்லை. பேங்கில் வீல் என்று அலறிக் கொண்டு ஓடிய அந்தப் பெண் குறுக்கிட்டாள். ‘கிட்ட வராதீங்க. அப்படியே இருங்க. சுட்டுப் பொசுக்கிப்பிடுவேன்.’ டிராயரை இழுத்துப் பணத்தைக் கவிழ்த்துக்கொண்டபோது, டப்பாக்கள் உருள, சில்லரை குதூகலமாக உதிர்ந்து சலசலக்க, அந்த இளைஞன் கையை ஓங்கிக்கொண்டு பாலாவை நோக்கி ஓடிவர... போகாதே... போகாதே... பெர்னார்ட் டெலிபோன் கேபிளை முரட்டுத்

தனமாகப் பிய்த்தெறிந்தான். ஏஜெண்ட் இறந்துபோன டெலிபோனைத் தட்டித் தட்டிப் பார்க்க... வெளியே சிலர் ஆர்ப்பரித்துக்கொண்டு ஓட... பெர்னார்டின் நரம்புகள் துடிக்க எத்தனை வேகமாக அவன் பணம் சேகரித்தான். பக்கவாட்டில் பார்த்துப் பார்த்து வேடிக்கையாகக்கூட நடந்துகொண்டு... 'பெர்னார்ட், காருக்குப் போ... எதிர்க்க வந்தா அடி. கிழிச்சுடு. கத்தியைக் காட்டுரா. வரான் பாரு...' அவர்கள் இருவரும் கீழே எல்லாம் பணத்தை இறைத்துக்கொண்டு வெளியே ஓட பிளாட்பாரத்தில் பூட் பாலிஷ் செய்துகொண்டிருந்தவன் அருகே மெதுவாக மிதந்து மிதந்து அறுந்த பட்டம்போல் பறந்து ஒரு நூறு ரூபாய் நோட்டு...

'பாலா, உனக்குத் துப்பாக்கி எங்க கிடைச்சுது?'

'பட்டாளத்துக்காரன் ஒருத்தன் வாங்கிக் கொடுத்தான். ஒரு வருஷண்டா பெர்னார்ட். ஒரு வருஷமா அதை யோசிச்சு வச்சிருக்கேன். ஒரு வருஷம் அந்த இடத்தை வாட்ச் பண்ணி இருக்கேன். எந்த இடத்திலே டெலிபோன் கேபிள் போறது, என்னிக்குப் பணம் ஜாஸ்தி புரளுது, எப்ப மூடறாங்க, எந்தக் கதவைக் கண்காணிக்கிறாங்க, எந்தக் கதவு திறந்திருக்கு... ஒண்டியாள்தான் செய்யறதா இருந்தேன். அப்புறம்தான் முடியாதுன்னு தீர்மானிச்சேன். உன் அதிர்ஷ்டம், நீ கெடச்சே.'

'பாலா, எனக்கு ஒரே ஒரு சந்தேகம். கேட்டுடட்டுமா?'

'கேளு.'

'திருடின கார் இது. சொந்தக்காரன் கம்ப்ளெய்ண்ட் கொடுத்திருக்க மாட்டானா? இது இல்லன்னாக்கூட நாம அந்த இடத்தை விட்டு விலகி ஓட்டிக்கொண்டு போறபோது ஒருத்தனாவது நம்பரை நோட் பண்ணி வெச்சிருக்க மாட்டானா?'

'நோட் பண்ணி?'

'போலீஸ்காரங்க நம்ம கார் நம்பரை ஜில்லா ஜில்லாவா மெஸேஜ் கொடுத்துடறாங்க. இத்தனை நாழி கொடுத்திருக்க மாட்டாங்களா? அவங்ககிட்டேதான் ரேடியோ எல்லாம் இருக்குதே. எக்ஸிபிஷன்லே பார்த்தேனே.'

'அடி சக்கை. புத்திசாலிடா நீ. ஆனால் நான் அதுக்கு மேல புத்திசாலி. இதை எல்லாம் யோசிக்காம இருப்பேனா, கவனி.'

பாலா காரை நிதானப்படுத்தி சற்று தூரம் ஊர்ந்து தார் சாலையில் இருந்து பிரியும் மண் சாலையில் ஒன்று வந்ததும் அதில் திருப்பிச் சற்று தூரம் செலுத்தி நிறுத்தினான்.

'இந்தா சாவி. டிக்கிலே இரண்டு நம்பர் ப்ளேட் வெச்சிருக்கேன். ஒரு காக்கிப் பைலே திருப்புளி, ஸ்பானர் எல்லாம் வெச்சிருக்கேன். டார்ச் லைட் இருக்குது? ப்ளேட்டை மாத்திடலாம்.'

'பாலா, நீ பெரிய ஆளு.'

'அப்புறம் பணத்தை எல்லாம் எடுத்து டிக்கிலே தள்ளிடலாம். சீட்டிலே இறைஞ்சி கிடக்கப்படாது.'

காரின் நம்பர் மாறியது. எம்.எஸ்.டபிள்யு. 5981. (எவன் நம்பரோ).

இருளில் சீரான அதிவேகத்தில் கார் சென்றுகொண்டிருந்தபோது பெர்னார்டுக்கு லேசாகத் தூக்கம் வந்தது.

குட்டி... பிலோமினா, நான்தான் பெர்னாட்டு. இதபார் உனக்குச் சரிகைச் சீலை வாங்கி வந்திருக்கேன். பணியாரம் வாங்கி வந்திருக்கேன்.

எதுக்கும் எங்கம்மாளை ஒரு வார்த்தை கேட்டுடறேன் பெர்னார்டு.

வாடா வாத்தியார் பெர்னார்டு. சினிமாவிலே திருட்டு டிக்கட் வித்தவனாச்சே நீ. உனக்கு எப்படிடா இத்தனை பணம் கிடைச்சுது? திருடினியா?

இல்லிங்கம்மா, சம்பாதிச்சேன்.

எப்படிச் சம்பாதிச்சே சொல்லு. என் பொண்ணைக் கொடுக்கறேன்.

உம்முடைய ராஜ்யம் வருவதாக. உம்முடைய சித்தம் பரமண்டலத்திலே செய்யப்படுவதுபோல பூமியிலும் செய்யப் படுவதாக... மத்தேயு.

மகனே, செய்கிற பாவத்தை ஒப்புக்கொண்டால் மன்னிப்பு கிடைக்கும்...

நான் சம்பாதிச்சேன். நான் சம்பாதிச்சேன். கறுப்பா இருந்தாலும் எவ்வளவு அழகா இருக்குது பாரு குட்டி. திரும்புடி.

கார் சடக்கென்று நின்றிருந்தது. பெர்னார்ட் விழித்துக்கொண்டு விட்டான். 'பாலா, ஏன் நிறுத்திட்டே?'

எதிரே சாலையின் குறுக்கே கம்பு தடுத்திருந்தது. ஹெட்லைட் வெளிச்சத்தில் ஒரு காக்கிச் சட்டை ஆசாமி காரை நோக்கி வந்து கொண்டிருந்தான். இடது பக்கத்தில் அரிக்கேன் விளக்குத் தொங்கும் ஒரு சிறிய செக் போஸ்ட்.

அந்த ஆசாமி பீடியைக் கடித்துக்கொண்டே வந்தான். பெர்னார்டின் வயிற்றில் பயம் கவ்விக்கொண்டது.

'யார்ய்யா டிரைவர். உள்ளே விளக்குப் போடு.'

பட் - விளக்கு.

'லக்கேஜ் இல்லியா?'

'இல்லிங்க.'

'அரிசி, சக்கரை ஏதாவது வெச்சிருக்கியா? இப்பவே சொல்லிடு.'

'இல்லிங்க.'

'டிக்கிலே?'

'டிக்கிலே டயர் இருக்குதுங்க.'

'திறந்து காட்டிடேன்.'

பாலா சற்றுதான் தயங்கினான். 'சரிங்க' என்றான். மெதுவாக காரின் க்ளவ் கம்பார்ட்மெண்டைத் திறந்தான். பெர்னார்ட் உறைந்தான். அதனுள்தான் துப்பாக்கி இருக்கிறது.

பாலா சற்று யோசித்தான். 'கார் திருச்சிலே டெலிவரி கொடுக்கிற துக்கு ஓட்டிட்டுப் போறேங்க... அங்கே வித்திருக்காங்க. நம்ம எம்.எல்.ஏ. சக்திவேல் இல்லை. அவரு காருங்க.'

காக்கிச் சட்டை சற்று யோசித்தான். 'சரி போப்பா.'

'காட்டறதுன்னா காட்டறேன்.'

'வேண்டாம். போப்பா.'

பாலா நிதானமாக காரைக் கிளப்பிப் புறப்பட்டான்.

'ஏண்டா இப்படி வேர்த்திருக்கு உனக்கு?'

'பாலா, நீ அவனைச் சுடப் போறேன்னு நெனச்சேன்.'

'முதல்லே அப்படித்தான் யோசிச்சேன். காரியம் பூராக் கெட்டுப் போய்டும். அப்புறம்தான் எம்.எல்.ஏ. தோணிச்சு. எம்.எல். ஏ.ன்னா பேசாம விட்டுட்டான் பாரு. பாக்க மாட்டான்.'

'எனக்கு உடம்பு பூரா வெலவெலத்துப் போச்சு பாலா...'

'பயப்படாதே. என்கூட வா, பெர்னாட். நீ, நான் எல்லாம் திருடனா? இல்லை. அகப்படறவன்தான் திருடன். அகப்படாத பசங்க நிறைய இருக்காங்க, அந்த எம்.எல்.ஏ. போல... இனிமே கவலையே இல்லை.'

அங்கிருந்து முப்பத்தாறாவது மைலில் அந்த விபத்து நிகழ்ந்தது. ஹெட்லைட் டிம் பண்ணி இருந்த நிலையில் கார் சென்று கொண்டிருந்தபோது வலது பக்கத்தில் முட்டாள்தனமாக ஒருவன் சைக்கிளில் சென்றுகொண்டிருக்கிறான். லைட் இல்லை. கரு நீலச் சட்டை. பாலா அவனைப் பார்த்ததே சற்றுத் தாமதமாக. ஹாரனின்மேல் அவன் பாய அந்த அலறலில் அவன் பயந்து ரோடு நடுவில் நடனமாடி பாலன்ஸ் இழந்து காரின் அதிவேகப் போதையின் குறுக்கே சாய்ந்துவிட்டான். பிரேக்கை மிதித்தபோது மிக லேட்.

டப் என்று பஞ்சு ஒத்தினதுபோல் சப்தம் கேட்டது. ஒரு செகண்டில் அந்த சைக்கிளும், அதை ஓட்டியவனும் தூக்கிவாரி எறியப்படுவதை பெர்னார்ட் பார்த்தான்.

கார் மிகவும் இடது பக்கம் நெளிந்து மறுபடி சீர்ப்பட்டு மறுபடி நெளிந்து நேர்ப்பட்டது.

'என்னடா ஆச்சு?' என்றான் பாலா.

பெர்னாட் பின்னால் பார்த்தான். இருள், ஒரு சலனமுமில்லை.

'சின்னப் பையன் பாலா, சரியான அடி. சரியாகத் தூக்கி அடிச்சுது... அவன் அங்கே கிடக்கான். நிறுத்து பாலா நிறுத்து.'

'எதுக்குடா நிறுத்தணும்?'

'என்ன பாலா. அந்தப் பையனுக்கு உசிர் இருந்தாலும் இருக்கலாம். நிறுத்து பாலா.'

‘சே.’

‘அவனை ஏதாவது ஆஸ்பத்திரியிலே கொண்டு போட்டுடலாம் பாலா. இப்ப நீ நிறுத்தப் போறியா இல்லியா?’

‘ஏண்டா, உனக்குப் பைத்தியம் பிடிச்சிருச்சா. திருட்டுக்காரு; திருட்டுப் பணம். என்கிட்ட லைசென்ஸ் கிடையாது. அவனை ஆஸ்பத்திரியிலே கொண்டு விட்டா அவங்க நம்பளை விட்டுடு வாங்களா. ஆக்ஸிடண்ட் கேஸுன்னு போலீசைக் கூப்பிடுவான். லைசென்ஸ் கேட்பான். அவனுக்கு ஒண்ணும் ஆகியிருக்காது...’

‘இல்லை பாலா. அவன் சரியானபடி குறுக்கே வந்துட்டான். சரியானபடி அடிபட்டிருக்கான். அவனை விட்டுப் போறது எனக்கு சமாதானமாகலை. எங்கேயாவது ஆஸ்பத்திரி வாசல்லே விட்டுட்டு ஓடியே வந்துடலாம். நம்ம காரைக் காட்ட வேண்டாம், தள்ளி நிறுத்திக்கலாம். வழியிலே பார்த்தோம்னு சொல்லலாம். சின்னப் பையன் பாலா. பாலா, நீ ஓட்டிக்கினே போறியே.’

‘போடா... சும்மா வா.’

கார் இன்னும் வேகம் பிடித்தது.

பெர்னார்டுக்கு உடம்பு பூரா ஜுரம் போல் உணர்ந்தான். என்ன மாதிரிப் பிசாசு இவன். இவனிடம் வந்து வந்து மாட்டிக் கொண்டேனே. எனக்குப் பணம் வேண்டாம். நான் இறங்கிக் கொள்கிறேன். நான் இவனோடு சேர்ந்ததே தப்பு... நான் ஜெயிலுக்குப் போகிறேன். எனக்குப் பணம் வேண்டாம். கடவுளே, ஏன் வந்து மாட்டிக்கொண்டேன். பேசாமல் போஸ்டர் ஒட்டியிருக்கலாம்... பேசாமல் சினிமா டிக்கெட் ப்ளாக்கில் வித்திருக்கலாம்...

‘என்னடா பேசாமல் வரே? இதெல்லாம் சகஜம்... விடியறதுக் குள்ளே திருச்சி போயிடலாம். நாஷ்தா பண்ணிவிட்டு நேரா தெற்கே புறப்பட வேண்டியதுதான். நாளை சாயங்காலம் கேரளா வுக்குள்ளே நுழைஞ்சுடலாம்... அதுக்குள்ளே எல்லாம் மறந்து போய்டும்... பின்னாலே இருக்கே நோட்டு, அதுதான் ஞாபகம் இருக்கும்... என்ன?’

‘ஆமாம் பாலா’ என்றான் பெர்னார்ட்.

தூங்கிக்கொண்டிருந்த பெர்னார்டை பாலா எழுப்பினான். கண் விழித்தபோது நீண்ட தொடர்ச்சியான வாகனங்களின் கடைசி யில் கார் நின்றுகொண்டிருந்ததைக் கவனித்தான். எதிரே கீழ் வானத்தில் திருச்சி நகரத்தின் விளக்குகள் தெரிந்தன.

'என்ன பாலா, ரெயில்வே கேட்டா?'

'இல்லை பெர்னார்ட். நான் சொல்றதைக் கேள். முன்னாலே போய் அவங்க என்ன செக் பண்றாங்கன்னு விசாரிச்சுட்டு வா. ஏதாவது டேஞ்சரா இருந்தா இங்கேயே திருப்பிக்கிட்டுப் போயிடலாம். வேறே ரூட் புடிச்சுக்கலாம். சீக்கிரம் போ.'

பெர்னாட் அந்த வாகன வரிசையின் முன் பகுதிக்கு நடந்தான். ஒரு இன்ஸ்பெக்டரும் இரண்டு போலீஸ்காரர்களும் வாகனங் களை ஒவ்வொன்றாக விசாரித்து நம்பரைப் பார்த்துவிட்டு அனுப்பிக்கொண்டிருந்தார்கள்.

ஒரு டூரிஸ்ட் பஸ் டிரைவரை பெர்னார்ட் கேட்டான். 'என்ன ப்ரதர், என்ன செக்கிங் பண்றாங்க?'

'என்னவோ விழுப்புரத்துக்குப் பக்கத்திலே ஒரு மோசமான ஆக்ஸிடண்டாம்; ஒரு சின்னப் பையன் மேலே வண்டி ஏறிடுச்சாம். அடிச்ச அடியிலே வண்டியோட ஒரு நம்பர் ப்ளேட் விழுந்து கிடந்ததாம். அது இவுங்களுக்குத் தகவல் கிடைச்சு... ஒவ்வொண்ணா செக் பண்ணி அனுப்பறாங்க.'

பெர்னார்ட் மெதுவாகத் தன் காரை நோக்கி நடந்தான். காரின் ஹெட்லைட் வெளிச்சத்தில் முன் பக்கத்து நம்பர் ப்ளேட் இல்லாததைக் கவனித்தான். காரின் கதவைத் திறந்து உட்கார்ந்து கொண்டான்.

'என்னடா?'

'ஒண்ணுமில்லே பாலா; அப்ப மாதிரிதான். அரிசி செக்கிங்.'

ஒரே ஒரு வரம்

ஆசாமியிடம் வித்தியாசமாக என்னவோ இருந்தது. என்ன என்று சுலபமாகச் சொல்ல முடியவில்லை. சட்டை பட்டன் ஒன்றை மாற்றிப் போட்டிருந்தாரே, அதுவா? இந்த 1973-ல் காதில் கடுக்கன் போல் போட்டுக்கொண்டிருந்தாரே, அதுவா? அல்லது வலது கை சுட்டு விரலில் மோதிரம்? குடுமியா கிராப்பா என்று சொல்ல முடியாத சிகை. நிச்சயம் அவர் சென்னைக்குப் புதிது... சீனிவாசலு நாயுடு தெரு, இரண்டாம் சந்து.

கதவு எண்களைப் பார்த்துக்கொண்டே ஒரு வீட்டு வாசலில் நின்றார். அதன் முகப்பில் தெரிந்த மாடிப் படிகளில் ஏறி ஒரு தண்ணீர் டிரம்மைத் தாண்டி ஓர் அறையின் வாசற் கதவை லேசாகத் தட்டினார்.

பதில் இல்லை.

சுற்றுமுற்றும் பார்த்தார்.

ஒருவரும் இல்லை. உடனே அவர் ஓர் அமானுஷ்யமான காரியம் செய்தார். மூடி இருந்த அந்த அறைக் கதவின் ஊடே புகைபோல் ஊடுருவி உள்ளே சென்றார்.

உள்ளே இருந்த பெண் கவனிக்கவில்லை. தன் புடைவையைக் கெரசினில் நிதானமாக நனைத்துக்கொண்டிருந்தாள். அங்கே நெருப்புப் பெட்டி தயாராக இருந்தது.

'நிறுத்து' என்றார்.

அவள் அதிர்ச்சி அடைந்து திரும்பினாள்.

அவர் அவள் கையைப் பற்றி, 'என்னம்மா பெண்ணே, என்ன காரியம் செய்கிறாய். போடு கீழே அதை. சேச்சேச்சே' என்றார். அவள் கையிலிருந்த பெட்டியைப் பிடுங்கினார்.

'யாரு நீங்க?' என்றாள்.

'முதல்லே இந்தப் புடைவையைக் களைந்து எறி. என்ன பைத்தியக்காரத்தனம் செய்ய இருந்தாய். நல்லவேளை, நான் வந்தேன்.'

'என்னை விட்டுடுங்க. நான் செத்துப் போறேன். நான் செத்துப் போறேன்.'

'அப்புறம் சாகலாம். அதுக்கெல்லாம் வேளை வரவில்லை. இந்தா, இந்தப் புடைவையை உடுத்திக் கொள். உம்...' என்று அதட்டினார்.

அந்தப் பெண் பாவாடையுடன் ஸ்டூலின்மேல் உட்கார்ந்து கொண்டு தன் முகத்தை இரு கைகளாலும் மூடிக்கொண்டு விசும்பி விசும்பி அழுதாள்.

'இதப் பார், அப்புறம் அழலாம்' என்று அவள் மேல் வேறு புடைவையை மூடினார். 'பைத்தியமாக இருக்கிறாயே. எதற்காக இப்படி பயங்கரமா உயிரை விடுகிற ஆசை உனக்கு? என்ன ஆச்சு உனக்கு?'

'நீங்க யாருன்னு சொல்லலையே? உங்களை எனக்குத் தெரியாதே.'

'சமயத்திலே உனக்கு ஒத்தாசை செய்ய வந்தவன்னு வெச்சுக்கயேன். உன் அப்பா மாதிரின்னு வெச்சுக்கயேன்.'

'எனக்கு அப்பா கிடையாது... அவர் செத்துப் போயிட்டார். அவர் முகத்தையே நான் பார்த்ததில்லை.'

'மறுபடி அழ ஆரம்பித்துவிட்டே பாரு. இதப் பார், அழாதே... அழுகையை நிறுத்து...'

'மூர்த்தி என்னை ஏமாத்திட்டான் சார்.'

'மூர்த்தி யாரு?'

'கடன்காரன். நாசமாய்ப் போக.'

'கடன் கொடுத்திருந்தியா?'

'என்னையே கொடுத்தேன் சார். பழிகாரன் என்னமாப் பேசினான். அறுநூறு ரூபாய் சம்பளமாம். எல்லாம் பொய். சார், நீங்க எப்படி உள்ளே வந்தீங்க?'

'ஏன்?'

'உள் பக்கம் தாப்பாப் போட்டிருந்தேனே.'

'எனக்கு வரத் தெரியும்.'

'சார். நீங்க யார்? எங்கிருந்து வந்தீங்க? என்னை எப்படித் தெரியும் உங்களுக்கு?'

'பயப்படாதே. நிதானமாகக் கேளு. நான் யாருன்னு சொல்றேன். முதல்லே நம்ப முடியாது உன்னாலே, அப்புறம் நம்புவே.'

'என்ன சார் சொல்றீங்க?'

'உட்கார்.'

அவள் அவரைப் பயத்துடன் பார்த்துக்கொண்டே உட்கார்ந் தாள்.

'என் பேர் உபதேவன். சொர்க்கத்திலே நான் ஒரு குட்டித் தேவதை. அல்லது தேவன்.'

'என்னது?' என்று அவர் சட்டை வேட்டியை எல்லாம் மேலும் கீழுமாகப் பார்த்தாள்.

'சார், நீங்க சாமியாரா? மெட்ராஸிலே ரொம்பப் பேர் இப்படி ஏமாத்தறாங்க சார்.'

'நிஜமாவே நான் சொர்க்கத்திலே ஒரு பிரஜை. எங்களுக்கு வருஷா வருஷம் ஒரு முறை உண்டு இப்படி. உலகத்துக்கு வந்து ஒரு நல்ல காரியம் செஞ்சுட்டு வரணும். இந்த மாதிரி ஒரு அட்ரஸ் கொடுத்துட்டு ஒரு பெண் துக்க நிலையிலே இருக்கா... போய்க் காப்பாத்துன்னு சொல்லி அனுப்பிச்சார். இந்த மாதிரி தற்கொலை கேஸுன்னு சொல்லவே இல்லையே?'

அந்தப் பெண் அவரைப் பார்த்துச் சிரித்தாள். நம்பிக்கை இல்லாத சிரிப்பு... 'சார் என் லைஃப்லே எத்தனையோ பார்த்துட்டேன்.

எத்தனையோ நம்பிட்டேன். இதையும் சேர்த்து நம்பிட்டாப் போகுது' என்றாள்.

'மூர்த்தியை நீ காதலித்தாயா?'

'ஆமாம் சார். கிருஷ்ணவேணின்னு ஆபீஸ் சிநேகிதி ஒருத்தி. அவதான் அவனை அறிமுகம் பண்ணி வீச்சா. நல்ல சிவப்பா உசரமா மூக்கும் முழியுமா இருப்பான். சிரிப்பான சிரிப்பு, குழந்தை மாதிரி சிரிப்பு. அத்தனையும் விஷம்... 'தேவகி, உங்களைப் பாத்ததிலிருந்து எனக்கு என்னமோபோல ஆயிட்டது'ன்னான். என் பின்னாடியே வேட்டை நாய் கணக்காகச் சுத்தினான். பஸ்ஸிலே போனா மூர்த்தி, பாண்டி பஜார் போனா மூர்த்தி, 'சும்மா பொழுதே போகலை. நான் தூக்கிட்டு வரவா பொட்டலத்தை?' என்பான். அப்புறம் ஆபீஸ்லே டெலிபோன்லே வேற கூப்பிடுவான். சார். என்னைப் பாருங்க. நான் என்ன அத்தனை அழகா?'

'ஏன், அழகாத்தானே இருக்கிறாய்?'

'அவன் சொன்னதைப் பார்த்தா... 'இந்த உலகத்திலே உன்னை விட அழகு வேறு ஒருத்தரும் கிடையாது. நீ ஹாலிவுட்லே பொறந்திருக்கணும்.' என்னதான் படிச்ச பொண்ணா இருந்தாலும், பெண்தானே சார் நான்? அதுவும் அவன் பார்க்க நல்லா இருப்பான். ஃப்ரேஸர் கம்பெனிலே அறுநூறு ரூபா உத்தியோகம்னும் வேற சொல்றான். எனக்கு அப்பா கிடையாது. அம்மா ஊர்லே இருக்கா. என்னை அதட்டிக் கேட்கிறவங்க கிடையாது. அவனோ தேனீ மாதிரிச் சுத்தறான். எனக்கும் கொஞ்சம் அவனைப் பார்த்தா ஒரு மாதிரி இருந்தது. உடம்பெல் லாம் புடிச்சுவிட்ட மாதிரி. அவன் மேலே படலாமான்னு ஏங்க ஆரம்பிச்சேன். அகஸ்மாத்தா அவனைத் தொட ஆரம்பிச்சேன். அப்புறம் வேணும்னே தொட ஆரம்பிச்சேன். அப்புறம் கை கோத்துக்க ஆரம்பிச்சேன். கை கோத்துக்கறதோட நிறுத்தி இருக்கலாம்... ஒரு நாள், 'எங்கேயாவது போய் நல்ல சாப்பாடா சாப்பிடலாம்'னான். சாப்பிட்டப்புறம், 'செகண்ட் ஷோ சினிமா போகலாம்'னான். போனப்புறம், 'ரொம்ப லேட்டாயிட்டதே. உங்க பேட்டைக்கு டாக்ஸி கிடைக்காதே. என் ரூம்லே வந்து தூங்கிட்டுக் காலையிலே போகலாம்'னான். ரூமுக்குப் போனேன். ஆனா தூங்கலை. ராத்திரி பூரா முழிச்சிட்டிருந்தோம்.

'அப்புறம் இன்னொரு நாள்... இன்னொரு நாள்... வாரா வாரம்.. வாரம் இரண்டு தடவை... எவ்வளவோ ஜாக்கிரதையாகத்தான் இருந்தோம், பிசகிப் போச்சே. எப்பவோ ஒரு தடவை அரைத் தூக்கத்திலேயோ என்னவோ மாட்டிக்கொண்டேன்.

'மறுநாள் போன் பண்ணினான். 'திருநீர்மலை தேவஸ்தானத் துக்குச் சொல்லி இருக்கேன். அடுத்த வாரம் நீ மிஸஸ் தேவகி மூர்த்தி'ங்கறான். அப்புறம் நாலு நாளா அவன்கிட்டேருந்து தகவலே இல்லை. நானும் அவன் போன் பண்ணுவான், வருவான் வருவான்னு எத்தனைதான் காத்திருக்கிறது? நேரே அவன் ரூமுக்கே போய்ட்டேன். 'மூர்த்தியா, அவன் காலி பண்ணிட்டுப் போய் மூணு நாளாச்சே'ங்கிறார் லாட்ஜ் மேனேஜர். 'வாடகை பாக்கி - ரிஸ்ட் வாட்சைக் கொடுத்துட்டுப் போயிருக்கான்' என்கிறார். ஃப்ரேஸர் கம்பெனிக்குப் போன் பண்ணா, அந்த மாதிரி ஆள் ஒருத்தரும் அங்கே வேலையிலே இல்லையாம். எனக்கு எப்படி இருக்கும்? என்னைச் சக்கையா உபயோகப்படுத்தி இருக்கான் சார். நான் என்ன செய்யறதுன்னு யோசிச்சேன். முதல்லே எனக்கு விடுதலை வேணும். கிருஷ்ண வேணிகிட்டே சொன்னேன், ரொம்பப் பரிதாபப்பட்டா. ரொம்ப எனக்காக ஃபீல் பண்ணா. கவலைப்படாதேன்னு ஒரு அட்ரஸ் கொடுத்து அங்கே போய் பார்க்கச் சொன்னா... வழுக்கையா ஒரு டாக்டர், நர்ஸைப் பக்கத்திலே வெச்சுட்டு எக்ஸாமின் பண்ணார். செய்துடலாம், கவலைப்படாதே... திங்கள்கிழமை காலையிலே ஆகாரம் ஒண்ணும் சாப்பிடாமே வந்துடு... பணமா முன்னூறு ரூபாய் கொண்டு வந்துடு'ன்னார்.

'முன்னூறு ரூபாயா? எங்கே போவேன்? மூணு மாச ரூம் வாடகை பாக்கி. தவணை முறைன்னு கண்டதை வாங்கி ஏகப் பட்ட கடன். பவர் கட்டினாலே லே ஆஃப் பண்ணி சம்பளமே வரலை. உடம்பு வேற சரியில்லே... அடிக்கடி குமட்டுது. வீட்டுக் காரன் அதட்டறான்... உடனே பணம் அனுப்பும்படி அம்மா கடிதாசி எழுதி இருக்கா. என்ன செய்வேன்.

'ரொம்ப துக்கமா இருந்தது. எதற்காக இந்த ஜன்மம்னு ரொம்ப வெறுத்துப் போச்சு. பார்த்தேன்... மண்ணெண்ணெய் க்யூவிலே தீர்மானமா நின்னு வாங்கிட்டு வந்தேன்... திரும்பி வந்தேன். புடைவையை நனைச்சேன்...'

'அதற்குள்ளேதான் நான் வந்துவிட்டேனே. உம்... அவ்வளவு தானே?' என்றார் உபதேவர்.

'அவ்வளவுதான் சார். எனக்கு எப்படி விடியும்... சொல்லுங்க?'

'அதான் சொன்னேனே. உனக்கு ஒரு வரம் கொடுக்கலாம்னு எனக்கு உத்தரவு இருக்கிறது. நீ கேளு; இந்தச் சூழ்நிலையிலே உன்னோட வாழ்க்கையிலே இந்தக் கட்டத்திலே உனக்கு என்ன வேணும் கேளு. அது உனக்கு உடனே கிடைக்கும்... செத்துப் போகணும்னு கேக்காதே... முன்னூறு ரூபா வேணும்னு கேக்காதே. வேற எது வேணுமோ கேள்.'

அந்தப் பெண் தேவகி யோசித்தாள். தன் சங்கிலியைக் கடித்துக் கொண்டாள். 'எது வேணும்னாலும் கேட்கலாமா சார்?'

'கேட்கலாம்.'

'கொஞ்சம் இருங்க.'

அவர் காத்திருந்தார்.

தேவகி, 'சார், நான் தீர்மானிச்சுட்டேன்' என்றாள்.

'என்ன?'

'என்ன வரம் கேக்கறதுன்னு... இத பாருங்க, நான் இதுவரைக்கும் கண்டவங்க பேச்சை நம்பி - அதுவும் இந்த மூர்த்தி கடன்காரன் பேச்சை நம்பி - என் லைஃபையே ஸ்பாயில் பண்ணிக் கொண்டு விட்டேன். எனக்கு வேண்டியது இன்னொரு சந்தர்ப்பம். இந்த மூர்த்தி விவகாரம் ஒரு கெட்ட சொப்பனம் மாதிரி விலகிப் போய்டணும்... மறந்தே போய்டணும். நான் மறுபடி ஆறு மாசத்துக்கு முன்னே இருந்தேனே அது மாதிரி - மூர்த்தின்னா யாருன்னே தெரியாம - நடந்ததை எல்லாம் மறந்துட்டு என் களங்கம் கரைஞ்சி போய் கன்னியா மாறும்படி வரம் கொடுங்க சார். எனக்கு மறுபடி ஒரு சான்ஸ் கொடுங்க சார்.'

'அவ்வளவுதானே நீ விரும்பறது?'

'அவ்வளவுதான்.'

'நல்ல பெண். புத்திசாலித்தனமாய்க் கேட்டாய். அப்படியே நடக்கட்டும். நாளைக் காலை நீ ஒரு புதிய பெண். நீ கேட்ட வரம் உனக்கு அளிக்கப்பட்டுவிட்டது.'

உபதேவர் தேவகியின் தலையில் அன்புடன் தடவிக் கொடுத்து ஆசிர்வதித்தார். 'நான் வருகிறேன். கதவைத் தாளிட்டுக் கொள்.'

தேவகியின் மனம் மிகவும் அமைதியாக இருந்தது. இந்தக் குமட்டல்கூட குறைந்துவிட்டது போலிருக்கிறதே?

உபதேவர் திரும்பிப் போவதற்கு முன் மூன்று நாட்கள் ஊர் சுற்றிப் பார்த்துவிட்டு மூன்றாவது தினம் பாண்டிபஜாரில் ஒரு கடையில் தேவகியை மறுபடி பார்த்தார்.

அவளை அருகில் சென்று விசாரிப்பதற்குள் அந்தக் காட்சி அவரைக் கவர்ந்தது. இரண்டு மூன்று புதிய புடைவைப் பொட்டலங்களை அணைத்துக்கொண்டு தேவகி அந்தக் கடையிலிருந்து வெளியே வர, அவள் பின்னால் ஓர் இளைஞன் தொடர்ந்து அவள் அருகில் வந்தான்.

'ஹலோ மிஸ் தேவகி.'

'ஹலோ, மிஸ்டர் மூர்த்தி.'

'சும்மா பொழுது போகலை. நான் தூக்கிட்டு வரவா பொட்டலத்தை?'

'ரொம்ப தாங்க்ஸ்.'

'தேவகி, உங்களை நேற்று முதல் தடவை சந்தித்ததிலே இருந்து எனக்கு என்னவோ போல இருக்கு. டாக்ஸி.'

அந்த டாக்ஸியில் அவர்கள் இருவரும் ஏறிக்கொண்டனர். அருகருகே உட்கார்ந்துகொண்டனர்.

உபதேவர் மரத்தின் மறைவிலிருந்து வெளிப்பட்டார்.

'முதல் காரியமாக, திரும்பிச் சென்றதும் ராஜினாமா கொடுக்க வேண்டும்.'

வாட்டர் கார் விவகாரம்

'அன்புள்ள டாக்டர் ராகவானந்தம்,

உங்கள் 16.08.73 தேதியிட்ட விண்ணப்பம் கிடைக்கப் பெற்றோம். நீங்கள் குறிப்பிட்ட முறைப்படி தானியங்கும் ஊர்தி ஒன்றைத் தயாரிப்பது விஞ்ஞான முன்னேற்றத்தின் தற்போதைய நிலையில் சாத்தியம் இல்லை என்று அரசாங்கம் நம்புவதால், உங்கள் விண்ணப்பத்தை ஏற்பதற்கில்லை.

இக்கடிதம் உங்கள் 17.08.73 தேதியிட்ட ஞாபகக் கடிதத்தையும் தீர்வு செய்கிறது.

உங்கள் விசுவாசமுள்ள,
கூப்சந்த்
காரியதரிசி, இந்திய அரசாங்க
வர்த்தகத் தொழில் துறை அமைச்சகம்.'

சிங்க முத்திரை கடிதத்தை மடித்தேன். எதிரே டாக்டர் ராகவானந்தம் சிவந்த மூக்குடன் நின்றிருந்தார்.

'நான் இவர்களுக்கு எழுதியது தப்பு. சுப்ரமணியத்துக்கு நேராக எழுதி இருக்க வேண்டும்.'

'நீங்கள் என்ன எழுதியிருந்தீர்கள்?'

'ஒரு கார் தயாரிப்பதற்கு லெட்டர் ஆஃப் இன்டெண்ட் கேட்டு இருந்தேன்.'

'கார் தயாரிப்பதற்கா? பேஷ். பெட்ரோல் விற்கிற விலையில் இப்போது எதற்கு என்று அவர்கள்...'

'என் கார் வாட்டர் கம் பெட்ரோல் கார். அதற்குப் பெட்ரோல் வேண்டாம்.'

'புரிந்தது, போட் மாதிரியா, பரிசல் ஓடம் மாதிரியா.'

'இல்லை. தரையில்தான் ஓடும். பெட்ரோலுக்குப் பதில் தண்ணீர். ஜஸ்ட் வாட்டர்.'

'டாக்டர், எங்கே அந்த கார்? நான் ஓட்டிப் பார்க்க வேண்டும்.'

டாக்டர் தன் இடது புருவத்துக்கு ஒரு செண்டிமீட்டர் மேலே தட்டி, 'இங்கேதான் இருக்கிறது. இரண்டு மாதம் பொறு. டிஸைன் தயாராகிவிட்டது. எனக்கு வேண்டியது ஒரு பட்டறை, ஒரு மெக்கானிக், ஒரு வெல்டிங் செட். பொறு.'

டாக்டர் அவர்கள் தன் வாட்டர் கார் வேலை செய்யப்போகிற விதத்தை எனக்கு விளக்கியபோது நான் அயர்ந்து போய் விரலில் மூக்கை வைத்து, 'ஒண்டர்ஃபுல் டாக்டர். கை கொடுங்கள்' என்று அவர் கையைப் பற்றிக் குலுக்கினேன். 'இது நிச்சயம் வேலை செய்யும். கையில் என்ன டாக்டர் பிசு பிசு என்கிறது, திருநெல்வேலி அல்வா மாதிரி?'

'வஜ்ரப் பசை. என் முதல் மாடலை என் சொந்தச் செலவிலேயே தயாரிக்கப் போகிறேன். தயாரித்து, பத்திரிகைக்காரர்களைக் கூப்பிட்டு அவர்களை காரில் அழைத்துச் சென்று, 'இதோ பார், இதற்குத்தான் அரசாங்கம் அனுமதி தர மறுத்துவிட்டார்கள்' என்று சொன்னால்...

அப்புறம் இந்திராவிடமிருந்து போன். 'டாக்டர், ஐயாம் எக்ஸைட்டட்.'

'விஷயத்தை உனக்குள்ளேயே வைத்துக் கொள். ஐடியாவைத் திருடிவிடுவார்கள். அப்புறம் சந்திக்கலாம்' என்று என்னை வெளியே தள்ளி அறைக் கதவைத் தாளிட்டுக்கொண்டார்.

அந்த மேதையை நினைத்துக்கொண்டே நடக்கையில் மோதிக் கொண்டேன், மாலதியின் மேல்.

'ஹலோ மாலதி.'

அவள் தன் ஆண் பிள்ளை சட்டையை உதறிக்கொண்டாள். 'யார் நீங்கள்?'

நான் என் தலைமுடியைப் பிரித்துக் காட்டினேன்.

'யூ?'

'ஆம். அதே யூ. யுவர்ஸ் ட்ரூலி.'

'மேலே மயிர் ஜாஸ்தி வளர்த்திருக்கிறாய். எங்கே வந்தாய்?'

'உன்னிடம் ஒரு ரகசியம் சொல்லவேண்டும்.'

'என்ன? நீ மூன்று மாதம் முழுகாமல் இருக்கிறாயா?'

'ஹ்ஹா. சிரித்தாகிவிட்டது. இனி ரகசியம். உன் அப்பா இன்னும் இரண்டு மாதத்தில் லட்சாதிபதி ஆகிவிடுவார்.'

'அடுத்த மாதம் அப்பா லட்சாதிபதியாவதை விவித்பாரதியில் நிரோத் விளம்பரம் போல நிறையத் தடவை கேட்டாகிவிட்டது.'

'டாக்டர் அவர்கள் இந்தத் தடவை ஒரு தங்கச் சுரங்கத்தைக் கண்டுபிடித்திருக்கிறார். பெட்ரோல் இல்லாமல் போகும் கார்.'

'தள்ளினால் எல்லாக் காரும் போகும்.'

'ச்ச்ச். இரண்டாவது உலக யுத்த ஜோக். டாக்டரின் கார் தண்ணீர் சக்தியால் போகிறது. ஹைட்ராலிக் டர்பைன் ப்ரின்ஸிபிள் தெரியுமா உனக்கு?'

'தெரியாது. தேவை இல்லை. நீயும் அப்பாவும் சேர்ந்து அடித்த கூத்தெல்லாம் நான் மறக்கவில்லை. உன் மாதிரி மறை கழன்ற ஆசாமிகளுடன் பேச எனக்கு நேரமில்லை. உனக்கு வேறு வேலை இல்லை என்றால் பனகல் பார்க்கில் சிமெண்ட் பெஞ்சில் உட்காரப் போ.'

அது நிகழ்ந்து ஒரு மண்டலம்வரை, என்னால் டாக்டர் அவர்களைச் சந்திக்க முடியவில்லை. ஒரு மாலை பெரியண்ணன் கடையில் மசாலா டீ சப்பிக்கொண்டிருந்தபோது, என் எதிரே அரை வேஷ்டியை முண்டாசாக அணிந்து காதில் பீடி செருகி யிருந்த சைக்கிள் ரிக்ஷா ஓட்டி ஒருவனும் அவன் நண்பனும் பேசிக்கொண்டிருந்தது என் கவனத்தைக் கவர்ந்தது.

'நாளைக்குத்தாண்டா ஓடுதாம்.'

'இன்னாடா?'

'காரு. தண்ணி போட்டா ஓடுதாம். ஒரு கெய்வன் கண்டுபிடிச்சி இருக்கானாம். இதப் பார், போட்டிருக்கு.'

'இன்னாடா இது ஜீனி வேலை? டைவர் தண்ணி போட்டா காரு ஓடுதா? அட.'

'அய்யா, அந்தச் செய்தித்தாளைச் சற்றுத் தருகிறீர்களா?'

'இன்னா நய்னா, ஷோக்கா சட்டையெல்லாம் போட்ணுகீறே? தமிள்ளே பேசறே, பாஞ்சு பைசா கொடுத்து வாங்கேன்.'

நான் அவன் சொல்வதில் நியாயமிருப்பதை உணர்ந்து அந்தப் பத்திரிகையைக் காசு கொடுத்து வாங்கிப் பார்த்தேன். அதில் -

நாளை வெள்ளோட்டம்

நீரில் ஓடும் சிற்றுந்து (கார்)

பெட்ரோல் தேவையில்லை.

அந்தப் பத்திரிகை ஆபீசில் உள்ள ஆச்சரியக் குறிகள் அனைத்தையும் விரயம் செய்து டாக்டர் ராகவானந்தத்தின் அதிசய கார், நாளை மக்கள் முன் பவனி வரப் போகும் செய்தி முன் பக்கம் முழுவதும பரவி இருந்தது.

நான் உடனே டாக்டருக்கு டெலிபோன் செய்தேன்.

'பையா, எங்கே காணாமல் போய்விட்டாய்? உடனே வா.'

நான் பறந்து அங்கே சென்றபோது மாலதி ஸ்டார்டஸ்ட் படித்துக் கொண்டிருந்தாள். என்னைப் பார்த்துவிட்டு மறுபடி படிப்பில் ஆழ்ந்தாள்.

'மால், டாக்டர் எங்கே?'

'ஷெட்' என்றாள், அதைவிடச் சுருக்கமாக வார்த்தை கிடைக்காததால்.

'கார் ஓடுகிறதா?'

அவள் என்னைப் புரியாமல் பார்த்தாள்.

'கார்?'

'வாட்டர் கார்?'

'எனக்கு என்ன தெரியும்?'

'மாலதி, நாளைக்கு இனாகுரேஷன். பேப்பர் பார்க்க வில்லையா?'

'அப்படியா? சென்ற பதினைந்து நாட்களாக ஷெட்டில்தான் இருக்கிறார். அங்கேதான் சாப்பாடு, உப்புமா, காப்பி எல்லாம் போகிறது. உள்ளே என்ன செய்கிறார் என்பது எனக்குத் தெரியாது. எனக்கு இது மட்டும் தெரியும். நாளைக்கு இங்கே ரகளை அடிதடி நடக்கப் போகிறது; நான் மாடியிலிருந்து பார்த்துக்கொண்டிருப்பேன். இதோ அப்பா.'

டாக்டர் அவர்கள் ஈஸ்ட்மென் கலரில் நடந்து வந்தார். உடம்பில் பச்சை பெயிண்ட். காது நுனியில், மூக்குக் கண்ணாடியில், இடது செருப்பில் சிவப்பு பெயிண்ட். உடம்பின் மற்ற சிற்சில இடங்களில் அங்கங்கே மஞ்சள் நிறம்.

இப்படி கையில் ஒரு ஃபிளிட் டின்.

'வந்து விட்டாயா. மாலதி, பிரெஸ் கான்பரன்ஸுக்குப் பிரம்பு நாற்காலிகளுக்கு ஏற்பாடு செய்யவேண்டும். சுவரில் நம்பர் எழுதியிருக்கிறேன். போன் பண்ணிவிடு.'

'டாக்டர், கார் ஓடுகிறதா?'

'ஓடும், ஓடும். பினிஷிங் டச்சஸ் கொடுத்துக் கொண்டிருக்கிறேன். ஸ்ப்ரே பெயிண்ட் அடித்துக்கொண்டிருக்கிறேன். பையா, மாலதி கடைசியில் காலை வாரிவிட்டு விட்டாள். மாட்டேன் என்கிறாள்.'

'மாட்டேன், மாட்டேன், மாட்டேன்' என்றாள் மாலதி.

'என்ன மாட்டாய்?'

'நான் அந்த காரை நாளை ஓட்ட வேண்டுமாம். செத்தாலும் மாட்டேன். நீ அதைப் பார்த்தாயோ? அது கார் போலவே இல்லை. ஒட்டகம்போல் இருக்கிறது. அதில் நான் உட்கார்ந்து அதுவும் பத்திரிகைக்காரர்களின் முன்னிலையில்... சே.'

'ஒரு பெண் அதை ஓட்டினால் க்ளாமர் இருக்கும்.'

'டாக்டர், அது ஓடுமா?'

'ஓடாது' என்றாள் மாலதி.

'ஓடும்' என்றார் டாக்டர். 'நான் ஜாக் பண்ணி உயர்த்தி முன்னூறு மைல் ஓட்டிப் பார்த்தேன். பையா, நான் உன்னைக் கூப்பிட்டதன் காரணம் அதுதான். நீதான் நாளைக்குப் பத்திரிகைக்காரர்கள் முன் என் காரை ஓட்டப் போகிறாய். இளம் சமுதாயத்தின் கார் இது. இளம் சமுதாயம்தான் ஓட்ட வேண்டும்...'

'நானா?'

'நீதான். சரித்திரம் உன்னைத் தேர்ந்தெடுத்திருக்கிறது.'

'டாக்டர், எனக்கு டிரைவிங் லைசென்ஸ் இல்லை என்பது சரித்திரத்துக்குத் தெரிந்திருக்க நியாயமில்லை.'

'மேலும் இவருக்கு ஈயைத் தவிர வேறு எதையும் ஓட்டத் தெரியாது என்பதும் சரித்திரத்துக்குத் தெரிந்திருக்க நியாயம் இல்லை.'

'டாக்டர், நான் நாளைக்குத் திருவான்மியூர் வரைக்கும் பொடி நடையாகப் போய்விட்டு வரவேண்டும். ஒரு வேண்டுதல்.'

'அப்பா, கழல்கிறார் பாருங்கள். கோழை. புறமுதுகு காட்டும் இழிதகை.'

எனக்கு ரோசம் வந்துவிட்டது. 'டாக்டர், ஆல்ரைட். உங்கள் காரை ஓட்டத் தயார். மாலதி, கட்டுண்டோம். காத்திருப்போம். நாங்கள் சிரிக்கும் காலம் வரும். டாக்டர், நான் காரைப் பார்க்க வேண்டும்.'

'ஷீ இஸ் எ ப்யூட்டி. வா, காட்டுகிறேன்' என்றார்.

ஷெட் கதவைத் திறந்ததும் என் மூஞ்சியில் அறைந்தது போல பளிச் என்று அந்த கார் தெரிந்தது. அதை கார் என்று அறுதியிட்டுச் சொல்வது கார்களின் வளர்ச்சிக்கு ஆக்கமளித்திட்ட சான்றோர் களைப் புறக்கணிப்பதாகும். கார் போலவும் இருந்தது. கார் இல்லை போலவும் இருந்தது. நல்ல உயரம். வாளிப்பான உடம்பு. அதன் மாடியில் ஒரு செப்டிக் டாங்க் அளவுக்குப் பெரிய டாங்க் ஒன்று இருந்தது. அதிலிருந்து பதினெட்டு டிகிரி சாய்வில் ஒரு குழாய் சரிந்தது. மற்றொரு டாங்க்.

'மேலே இருப்பது மெயின் டாங்க். கீழே ஆக்ஸிலரி டெயில் ரேஸ் டாங்க். இதுதான் பட்டர்ஃப்ளை வால்வ் கண்ட்ரோல். அதை

இழுத்தால் வேகம் அதிகமாகும். விட்டால் கம்மி ஆகும். அது ப்ரேக். இது ஸ்டியரிங். அவ்வளவுதான். எப்படி இருக்கிறாள் பார்ப்பதற்கு?'

'ஓ,ஓ. நன்றாகத்தான் இருக்கிறாள். சீட் கொஞ்சம் உயரமாக இருக்கிறது.'

'படி இன்னும் வைக்கவில்லை. டிரம்மீது ஏறி சீட்டில் உட்கார்ந்து கொள்ளவேண்டும். தச்சனிடம் படிக்குச் சொல்லியிருந்தேன். அவன் கொடுத்த காசைக் குடித்துவிட்டு நாளைக்கு என்று சொல்லிவிட்டான். பரவாயில்லை. ஏறிப் பார்.'

'டாக்டர், நாளைக் காலை பார்த்துக்கொள்ளலாமே.'

'பயப்படாதே, ஏறி உட்கார்ந்து பார்.'

நான் ஃபைட்டர் விமானத்தை எட்டி வேடிக்கை பார்க்க ஏறும் மந்திரிபோல் அந்த டிரம்மீது கால் வைத்துக் காரினுள் ஏறிக் கொண்டேன்.

டாக்டர் டிரம்மை அந்தப் பக்கம் உருட்டிச் சென்று அதன்மேல் ஏறி என் அருகே உள்ளே சீட்டில் ஏறிக்கொண்டார்.

ஏறும்போது, 'கீச் கீச் என்ற சப்தமும் அதன்பின் 'க்ளங்' என்று நிறைத்த கங்காளம் அசைவதுபோல் சப்தமும் கேட்டது. தவிர, டாக்டரின் மாடியிலிருந்து ஒரு திவலை தண்ணீர் வழிந்து என் பாண்ட்டைத் தொடை பாகத்தில் நனைத்தது.

'ஃபுல் டாங்க், நூறு மைல் ஓடும்' என்று கண் சிமிட்டினார் டாக்டர்.

'மர சீட். இன்னும் மெத்தை தைக்கவில்லை போலும்' என்றேன்.

'யூஃபோமுக்கு ஆர்டர் கொடுத்திருக்கிறேன்.'

ஸ்டியரிங்மேல் கை வைத்துக்கொண்டேன். மாலுமிகள்போல் உணர்ந்தேன், 'அது என்ன?'

'அது கண்ட்ரோல் ஸ்விட்ச்.'

'அது?'

'உ ஊ உ' என்றது கார். 'ஓ, எஸ். இது ஹாரன்.'

மாலதி கீழே ஓரத்தில் நின்றுகொண்டிருந்தாள். 'அங்கிருந்து உங்களைப் பார்த்தால் முல்லைக்குத் தேர் ஈவதற்கு முன் பாரி போல இருக்கிறீர்கள்.'

நான் அவளை மதிக்கவில்லை, உலகம் எப்போதும் முதலில் சிரிக்கத்தான் செய்யும்.

'டாக்டர், இது என்ன குமிழ்?'

'அதுதான் த்ராட்டில் கண்ட்ரோல்... ஏய், ஏய், இழுக்காதே, இழுக்காதே?'

இழுத்தாகிவிட்டது...

அந்தச் சரித்திரப் பிரசித்தமான பிரயாணம் அப்போதுதான் தொடங்கியது.

இழுக்காதே என்று சொன்ன குமிழை இழுத்ததால் ஜோ என்று அந்தரங்கத்தில் ஒரு சப்தம் (கடைசியாக நான் குற்றாலத்தில் கேட்ட சப்தம்) கேட்டது.

டாக்டரின் கார் பெல்டன் வீல் தத்துவத்தில் அமைந்தது. வால்வைத் திறந்தால் மேலே நிரம்பி இருக்கும் தண்ணீர் திறக்கப்பட்டுக் குழாய் வழியாக மிக வேகமாகச் சரிந்து கீழ் டாங்குக்கு ஓடும்.

போகிற போக்கில் டர்பைன் சக்கரத்தைச் சுற்றிவிட்டு ஓடும். டர்பைனுடன் இணைக்கப்பட்ட காரின் சக்கரங்கள் சுழல, கார் ஓடும்.

திறந்து விட்டேன் போலிருக்கிறது, கார் ஒருமுறை சோம்பல் முறித்துக் கொண்டு குலுங்கி நகர ஆரம்பித்தது.

'டாக்டர், நகருகிறது. எனக்கு ஓட்டத் தெரியாது.'

'பையா, உடனே எழுந்திரு. சீட் மாற்றிக் கொள்ளலாம். என்னால் சமாளிக்க முடியும்.'

நான் எழுந்திருக்க முயன்றேன், முடியவில்லை.

'டாக்டர். என் பாண்ட் சீட்டில் ஒட்டிக் கொண்டுவிட்டது.'

'பெயிண்ட் ஈரமாக இருந்திருக்கிறது. பையா, க்விக். பாண்ட்டைக் கழற்றிவிட்டு எழுந்திரு.'

'டாக்டர், டாக்டர் லுக் அவுட்.'

கார், ஷெட்டுக்கு வெளியே வந்து நேராக, 'சிறு குடும்பம் போதுமே' சுவரை நோக்கிச் சென்றுகொண்டிருந்தது.

'பையா, ஸ்டியரிங்கைத் திருப்பு.'

'டைட்டாக இருக்கிறது டாக்டர்.'

'பயப்படாதே, நான் இருக்கிறேன். அந்த ப்ரேக்கை இலேசாக அழுத்து. ஸ்மூத்தாகப் போகும். ப்ரேக்கை அழுத்திப் பார்.'

'டாக்டர், ப்ரேக் தொளதொளவென்று இருக்கிறது.'

'ஓ, மறந்துவிட்டேன், ஒரு கனெக்டிங் ராடை இன்னும் இணைக்கவில்லை.'

'டாக்டர் ஏதாவது செய்யுங்கள். கார் ஓடிக்கொண்டிருக்கிறது...'

'அதானே, த்ராட்டிலை மூடிவிட்டேன். வால்வை மூடி விட்டேன். இன்னும் ஓடிக் கொண்டிருக்கிறதே, இது ஓடக் கூடாது.'

'டாக்டர், இறங்கிவிடலாமே. நல்ல சரிவு. வேகம் அதிகமாகிக் கொண்டு வருகிறது.'

'பையா யூர் எ ஜீனியஸ். அதானே? ஏன் ஓடுகிறது என்று இப்போது தெரிந்துவிட்டது. சரிவு, அதனால்தான் ஓடுகிறது. ஏனென்றால் தண்ணீரை நான் அப்போதே நிறுத்தியாகிவிட்டது.'

என் கணுக்கால் வரை தண்ணீர் ஏறி நனைத்திருந்தது.

நாயர் கடை எங்களை நோக்கி விரைந்து கொண்டிருந்த அந்த முச்சந்தியில் ரோடு இடம் வலமாகப் பிரிகிறது. அந்த மெயின் ரோடில் பஸ்களும் லாரிகளும் உற்சாகமாகச் சென்றுகொண்டு இருந்தன. ஒரு போலீஸ்காரர் ட்யூட்டி ஏற்றுக்கொள்ளலாமா என்கிற உத்தேசத்தில் எதிரே நாயர் கடையில் பன் கடித்துக் கொண்டிருக்க, எங்கள் ஊர்வலம் வருவதைப் பார்த்துக் கலவரப் பட்டு அங்கிருந்தே 'ஸ்டாப்' அடையாளம் காட்டினார்.

ஸ்டாப்பாவது, அடையாளமாவது, எங்கள் காரை நிற்க வைப்பது யார்?

போலீஸ்காரர் தன் ஆணைக்கும் படியாமல் தன்னையே நோக்கி எங்கள் கார் வருவதை உணர்ந்து பன்னைக் கீழே போட்டுவிட்டு விசில் ஊதித் தள்ளினார். நாங்கள் அந்த முச்சந்தியை அடைய, கார்கள் கிறீச் கிறீச் என்று ப்ரேக் போட்டுச் சமாளித்து நிற்க, ஏதோ ஒரு பூர்வஜென்ம ஞாபகம்போல் கார் அந்த நாயர் கடையை ஏகாக்கிர சிந்தையுடன் அடைந்து, ஒரு பாய்லரை வென்று, ஓரிரண்டு பெஞ்சுகளை உருட்டிவிட்டு, நான்கைந்து டீ குடிப்பவர்களைக் கையில் செருப்பை எடுத்துக்கொண்டு ஓட வைத்து, கடையின் தாற்காலிகச் சுவரை உடைத்து, பின் கட்டில் ஒரு சிறிய அறையில் ஒரு பெண்ணுக்குப் பாட்டு சொல்லிக் கொடுத்துக் கொண்டிருந்தவரை வாரிச் சுருட்டிக்கொண்டு ஆர்மோனியத்துடன் ஓட வைத்து... மரத் தூண் ஒன்றின்மேல் மோதி...

அதற்கப்புறம் என் நினைவுகள் அவ்வளவு தெளிவாக இல்லை. என்னைச் சுற்றி நீர் சூழ்ந்துகொள்ள யாரோ, 'என்ன அக்கிரமம், தண்ணி லாரியை வீட்டுக்குள்ளேயே ஓட்டறாங்களே படுபாவி' என்று புகார் செய்வது கேட்க, என் மூக்கு, நெற்றிப் புருவம், தலைமயிர் என்று தண்ணீர் ஏற, நான் உள்ளே உள்ளே உள்ளே...
